സംഗീതവും സംഗീതോപകരണങ്ങളും

ഒരു ഭൗതികശാസ്ത്രപഠനം

sangeethavum sangeethopakarangalum

•

dr. m n sreedharan nair

•

first edition
septmber 2017

•

published
chintha publishers, thiruvananthapuram

•

typesetting
star communications, thiruvananthapuram

•

printed
akshara offset, thiruvananthapuram

•

cover
amarnath

വിതരണം

ദേശാഭിമാനി ബുക്ക് ഹൗസ്

H O തിരുവനന്തപുരം-695 035
Ph: 0471-2303026, 6063020
www.chinthapublishers.com
chinthapublishers@gmail.com

ബ്രാഞ്ചുകൾ

ഹെഡ്ഡാഫീസ് ബ്രാഞ്ച് കുന്നുകുഴി • സ്റ്റാച്യു തിരുവനന്തപുരം • കെ എസ് ആർ ടി സി ബസ് സ്റ്റേഷൻ ആലപ്പുഴ • കെ എസ് ആർ ടി സി ബസ് സ്റ്റേഷൻ എറണാകുളം • മച്ചിങ്ങൽ ലെയ്ൻ തൃശൂർ • ഐ ജി റോഡ് കോഴിക്കോട് • മാവൂർ റോഡ് കോഴിക്കോട് • എൻ ജി ഒ യൂണിയൻ ബിൽഡിങ് കണ്ണൂർ • സെൻട്രൽ ബസ് ടെർമിനൽ കോംപ്ലക്സ് താവക്കര കണ്ണൂർ

CO - VV. 127 / 2567 / 4412
ISBN - 978-93-86637-36-9

സംഗീതവും സംഗീതോപകരണങ്ങളും

ഒരു ഭൗതികശാസ്ത്ര പഠനം

ഡോ. എം എൻ ശ്രീധരൻ നായർ

ചിന്ത പബ്ലിഷേഴ്സ്
തിരുവനന്തപുരം-695 035

ഡോ. എം എൻ ശ്രീധരൻ നായർ

മാവേലിക്കരയിലെ ചുനക്കരയിൽ ജനിച്ചു. പിതാവ്: നാരായണൻ നായർ. മാതാവ്: ഗൗരിഅമ്മ.

ചുനക്കര ഗവ. ഹൈസ്കൂൾ, പന്തളം എൻ എസ് എസ് കോളേജ്, തിരുവനന്തപുരം യൂണിവേഴ്സിറ്റി കോളേജ് എന്നിവിടങ്ങളിൽ വിദ്യാഭ്യാസം. 1964 ൽ എം എസ് സി പാസായി. 1982 ൽ 'സൈദ്ധാന്തിക ഭൗതികത്തിൽ' (Theoretical Physics) പി എച്ച് ഡി ബിരുദം നേടി. തിരുവനന്തപുരം മഹാത്മാഗാന്ധി കോളേജിൽ അദ്ധ്യാപകജീവിതം ആരംഭിച്ചു. 1987-1989 കാലയളവിൽ കൊട്ടിയം എൻ എസ് എസ് കോളേജിൽ പ്രിൻസിപ്പലായിരുന്നു. 1997 ൽ കോളേജ് സർവ്വീസിൽനിന്നും വിരമിച്ചു.

നിരവധി ഗവേഷണപ്രബന്ധങ്ങൾ, ശാസ്ത്രലേഖനങ്ങൾ, ശാസ്ത്രപുസ്തകങ്ങൾ എന്നിവ പ്രസിദ്ധീകരിച്ചിട്ടുണ്ട്. *സയൻസ് ഇന്ത്യ* എന്ന മാസികയുടെ മുഖ്യ പത്രാധിപരായിരുന്നു. തിരുവനന്തപുരം ബോധാനന്ദകേന്ദ്രത്തിന്റെ പ്രസിഡന്റാണ്. നിരവധി ശാസ്ത്രസെമിനാറുകളുടെയും ശില്പശാലകളുടെയും സംഘാടകൻ.

ഭാര്യ : എൻ പ്രസന്നകുമാരി (റിട്ട. പ്രൊഫസർ)
മക്കൾ : ജയകൃഷ്ണൻ എസ് നായർ
ഹരികൃഷ്ണൻ എസ് നായർ (അമേരിക്ക)
ഡോ. ജയശ്രീ എസ് നായർ

വിലാസം : 23, രാജലക്ഷ്മി നഗർ
പട്ടം, തിരുവനന്തപുരം 695004
ഫോൺ : 0471 - 2543616
9387803920

ഉള്ളടക്കം

ഉപക്രമം	7
ശബ്ദം: ഒരു ശാസ്ത്രീയ അപഗ്രഥനം	11
സംഗീതത്തിന്റെ ഭൗതികം	25
ഭാരതീയ സംഗീതോപകരണങ്ങൾ	36
തന്ത്രിവാദ്യങ്ങൾ	44
സുഷിരവാദ്യങ്ങൾ	61
ഘനവാദ്യങ്ങൾ	70
ഉപസംഹാരം	80

പ്രസാധകക്കുറിപ്പ്

ശബ്ദം എന്ന ശാസ്ത്രീയ പ്രതിഭാസം സംഗീതം എന്ന കലയായി മാറുന്നതെങ്ങനെ? അനുഭൂതികൾ ഉണർത്താൻ ശബ്ദത്തിന് എങ്ങനെ കഴിയുന്നു? ശബ്ദത്തെ സംഗീതമാക്കി മാറ്റുന്ന ഉപകരണങ്ങളുടെ തത്ത്വം എന്താണ്? ഇത്തരം ചോദ്യങ്ങൾക്കുള്ള ഉത്തരമാണ് ഈ പുസ്തകം. ശബ്ദത്തിന്റെ ശാസ്ത്രീയ നിരീക്ഷണങ്ങൾ സാധാരണ വായനക്കാരനു പോലും മനസ്സിലാക്കുവാൻ ഈ പുസ്തകം സഹായിക്കും. ഒരു വിദ്യാർത്ഥിക്ക് താൻ ക്ലാസിൽ പഠിച്ചുകൊണ്ടിരിക്കുന്ന ഭൗതികശാസ്ത്രത്തിന്റെ പ്രായോഗികരൂപങ്ങളെപ്പറ്റി മനസ്സിലാക്കുവാനും ഈ പുസ്തകം ഉതകും. സംഗീത ഉപകരണങ്ങളുടെ അത്ഭുതലോകത്തേക്ക് ഈ പുസ്തകം നടത്തുന്ന അന്വേഷണം ചെന്നെത്തുന്നത് വിജ്ഞാനത്തിന്റെയും കൗതുകത്തിന്റെയും അപാര ലോകത്തേക്കാണ്. വിജ്ഞാന വർഷ പരമ്പരയിൽപ്പെട്ട ഈ പുസ്തകം നമുക്ക് നല്കുന്നത് അനവധി വൈജ്ഞാനിക ഗ്രന്ഥങ്ങൾ നമുക്ക് സംഭാവന ചെയ്തിട്ടുള്ള ഡോ. എം എൻ ശ്രീധരൻ നായരാണ്. ഈ പുസ്തകവും വായനക്കാർ ഇരുകൈയും നീട്ടി സ്വീകരിക്കുമെന്ന് ഞങ്ങൾക്കുറപ്പുണ്ട്.

ചിന്ത പബ്ലിഷേഴ്സ്

ഉപക്രമം

ഒരു നിമിഷം ശബ്ദപ്രപഞ്ചത്തിൽ ശ്രദ്ധ കേന്ദ്രീകരിക്കാൻ ഒന്നു ശ്രമിച്ചു നോക്കൂ. നിരത്തിലൂടെ ചീറിപ്പായുന്ന വാഹനങ്ങളുടെ ശബ്ദം, വൃക്ഷച്ചില്ലകളിൽ ചേക്കേറിയിരിക്കുന്ന പക്ഷികളുടെ കലപില ശബ്ദം, തൊഴുത്തിൽനിന്നും പശു അമറുന്ന ശബ്ദം, കുട്ടിയുടെ ശാഠ്യം പിടിച്ചുള്ള കരച്ചിലിന്റെ ശബ്ദം, അടുത്ത വീട്ടിലെ റേഡിയോയും ടെലിവിഷനും പ്രവർത്തിക്കുമ്പോഴുള്ള ശബ്ദം, തൊട്ടടുത്ത കളിസ്ഥലത്തു നിന്നുയരുന്ന ആരവം, അകലെനിന്നും പ്രകടനക്കാരുടെ മുദ്രാവാക്യം വിളിയുടെ ശബ്ദം–എന്നു വേണ്ടാ അന്തരീക്ഷമാകെ ശബ്ദകോലാഹലം തന്നെ.

ഇത് ഒരു പ്രത്യേക സമയഘട്ടത്തിലെ സ്ഥിതി അല്ല. സദാ നമ്മുടെ അന്തരീക്ഷം ശബ്ദമുഖരിതമാണ്. എവിടെയും സ്ഥിതി ഇതാണ്. മാത്രമല്ല, നിബിഡമായ വനാന്തരത്തിലോ വിജനമായ കടൽക്കരയിലോ നിശ്ശബ്ദതയുടെ ഒരു നിമിഷം സങ്കല്പിക്കാൻ കഴിയുകയില്ല.

പലതരം ശബ്ദങ്ങളോട് മനുഷ്യൻ മാനസികമായും വൈകാരികമായും വ്യത്യസ്തരീതിയിലാണ് പ്രതികരിക്കുന്നത് എന്നു നമുക്കറിയാം. ചിലർക്ക് ചില ധ്വനികൾ സ്വീകാര്യവും മറ്റു ചിലത് അസ്വീകാര്യവും ആണല്ലോ. മനുഷ്യൻ മാത്രമല്ല, മൃഗങ്ങളും സസ്യജാലങ്ങൾപോലും ശബ്ദങ്ങളോട് നിയതമായ രീതിയിൽ പ്രതികരിക്കാറുണ്ടെന്നത് പരീക്ഷണങ്ങളിലൂടെ സ്ഥാപിച്ചിട്ടുള്ള വസ്തുതയാണ്. മനസ്സിൽ അവാച്യമായ ആനന്ദാനുഭൂതി ഉണർത്താൻ കഴിയുന്ന സംഗീതവും മനുഷ്യനെ ഭ്രാന്തു പിടിപ്പിക്കാൻ പോന്ന ശബ്ദശല്യവും തമ്മിൽ എന്താണ് മൗലികമായ വ്യത്യാസം? പലതരം സംഗീതോപകരണങ്ങളുടെ നാദവൈവിദ്ധ്യങ്ങൾക്കു കാരണമെന്താണ്? നാദവൈശിഷ്ട്യമാർന്ന സംഗീതോപകരണങ്ങൾ എങ്ങനെ നിർമ്മിക്കാൻ കഴിയും? ഈ വിധ ചോദ്യങ്ങൾക്ക് തികച്ചും

തൃപ്തികരമായ ഉത്തരം നല്കാൻ ഒരു സംഗീതജ്ഞനു കഴിഞ്ഞെന്നു വരില്ല. ഭൗതികശാസ്ത്രജ്ഞന്റെ മേഖലയാണത്.

സംഗീതത്തിന് മനുഷ്യവർഗ്ഗത്തോളം തന്നെ പഴക്കം കല്പിക്കാവുന്നതാണ്. മനുഷ്യസമൂഹത്തോടൊപ്പം തന്നെ സംഗീതവും വളർന്നു എന്നു പറയാം. എന്നാൽ ധ്വനികളുടെ ശാസ്ത്രീയമായ അപഗ്രഥനം സാദ്ധ്യമായത് ഭൗതികശാസ്ത്രത്തിന്റെ രംഗപ്രവേശത്തോടെയാണ്. തുടർന്ന് കലയും ശാസ്ത്രവും കൈകോർത്തു പിടിക്കുകയും പരസ്പര പൂരകമായി ഒപ്പം പുരോഗമിക്കുകയും ചെയ്തു. ഈ വളർച്ചയുടെ ചരിത്രത്തിൽ സംഗീതോപകരണങ്ങൾക്ക് അതിപ്രധാനമായ സ്ഥാനമാണുള്ളത്. പ്രാകൃതകാലത്തെ കൊമ്പും കുഴലും തുടങ്ങി ആധുനിക കാലത്തെ കമ്പ്യൂട്ടർ സംഗീതംവരെ ഉപകരണ സംഗീതം വികസിച്ചിരിക്കുന്നു. ഹുങ്കാര ശബ്ദമോ, അട്ടഹാസമോ, പക്ഷികളുടെ കളകൂജനമോ എന്തുവേണമെങ്കിലും പുറപ്പെടുവിക്കാൻ കഴിയുന്ന അതിസങ്കീർണ്ണമായ 'വോയ്സ് ഫോൺ' (Voice Phone) പോലുള്ള ഉപകരണം ഇന്ന് നിലവിലുണ്ട്. നാദവിശ്ലേഷണം, ശബ്ദലേഖനം, ട്യൂണിങ്, ശ്രവണേന്ദ്രിയ പഠനം എന്നിവയിലെല്ലാം ഉണ്ടായ പുരോഗതി സംഗീതശാസ്ത്രത്തിന്റെ വളർച്ചയെ ത്വരിതപ്പെടുത്തുകയുണ്ടായി.

ജ്യോതിശാസ്ത്രവും വൈദ്യശാസ്ത്രവും കഴിഞ്ഞാൽ ഏറ്റവും പഴക്കമേറിയ ശാസ്ത്രം ധ്വനിയുടെ ഭൗതികശാസ്ത്രമാണ്. പൈത്തഗോറസ്, അരിസ്റ്റോട്ടിൽ, യൂക്ലിഡ് തുടങ്ങിയ പ്രാചീന യവന ചിന്തകന്മാർ സംഗീതോപകരണങ്ങളെപ്പറ്റി പ്രതിപാദിച്ചിട്ടുണ്ട്. ശതാബ്ദങ്ങൾക്കുശേഷം 17-ാം നൂറ്റാണ്ടിൽ ഗലീലിയോ ആണ് ആദ്യമായി ഭൗതികശാസ്ത്ര തത്ത്വങ്ങളെ അടിസ്ഥാനമാക്കി ധ്വനി സംബന്ധമായ പഠനങ്ങൾ നടത്തിയത്. സംഗീതോപകരണങ്ങളിലെ കമ്പികളുടെ കമ്പന നിയമങ്ങൾ (Laws of Vibration), പ്രണോദിത കമ്പനം (Forced Vibration), അനുനാദം (Resonance), സ്വരസാമഞ്ജസ്യം (Consonance), സ്വരഭേദം (Dissonance) തുടങ്ങിയ വിഷയങ്ങളെപ്പറ്റി ഗലീലിയോ പഠനം നടത്തുകയുണ്ടായി. റോബർട്ട് ബോയ്ൽ, ഐസക് ന്യൂട്ടൺ, ലാപ്ലാസ്, ആഗസ്റ്റ് കുണ്ട്, തോമാസ് യങ്, ലോർജ്ജ് റാലേ തുടങ്ങിയ പ്രഗത്ഭമതികളായ ഭൗതികശാസ്ത്രജ്ഞരാണ് ധ്വനിശാസ്ത്രത്തിന്റെ വളർച്ചയ്ക്ക് ഗണ്യമായ സംഭാവനകൾ നല്കിയിട്ടുള്ള മറ്റു വ്യക്തികൾ. പൗരസ്ത്യസംഗീതോപകരണങ്ങളെപ്പറ്റി സർ സി വി രാമൻ ശ്രദ്ധേയമായ ശാസ്ത്രീയ പഠനങ്ങൾ നടത്തിയിട്ടുണ്ട്.

സംഗീതോപകരണങ്ങളുടെ രംഗത്ത് പില്ക്കാലത്ത് അരങ്ങേറിയ പുതിയ ആവിഷ്കാരങ്ങൾക്ക് അനുകൂലവും പ്രതികൂലവും ആയ ഒട്ടേറെ വാദമുഖങ്ങൾ അവതരിപ്പിക്കപ്പെട്ടിട്ടുണ്ട്. വയലിന്റെ സ്വാഭാവിക നാദം പതിഞ്ഞതെങ്കിലും അങ്ങേയറ്റം ആസ്വാദ്യകരമാണല്ലോ. പക്ഷേ, വലിയ ഹാളിൽ എല്ലായിടത്തും അതിനു ചെന്നെത്താൻ കഴിഞ്ഞെന്നു വരില്ല. എന്നാൽ വൈദ്യുതോപകരണമാകട്ടെ ഇഷ്ടാനുസരണം ഉച്ചത്തിൽ

വായിക്കാം. വയലിന്റെ നാദസ്വരൂപം യഥേഷ്ടം മാറ്റാവുന്നതല്ല. നേരെ മറിച്ച് പല വൈദ്യുത വാദ്യങ്ങളുടെയും നാദസ്വരൂപം ആവശ്യാനുസരണം മാറ്റാൻ കഴിയും. ഓടക്കുഴൽ. നാഗസ്വരം തുടങ്ങി ഏതു സംഗീതോപകരണത്തിന്റെയും നാദം അനുകരിക്കാൻ കഴിയുന്ന വൈദ്യുത വാദ്യോപകരണങ്ങൾ നിലവിലുണ്ട്. വായിക്കാൻ ഏറ്റവും ബുദ്ധിമുട്ടുള്ള ഒരുപകരണമാണ് വയലിൻ. അനേകവർഷത്തെ നിതാന്ത പരിശ്രമം കൊണ്ടു മാത്രമേ ഒരാൾക്ക് ഒരു നല്ല വയലിനിസ്റ്റ് ആകാൻ കഴിയുകയുള്ളൂ. വൈദ്യുതോപകരണങ്ങളാകട്ടെ വേഗത്തിൽ അഭ്യസിക്കാവുന്നവയാണ്. പക്ഷേ, ഇതൊക്കെയാണെങ്കിലും ശാസ്ത്രജ്ഞൻ എത്ര പരിശ്രമിച്ചിട്ടും മറികടക്കാനാവാത്ത ഒരു പോരായ്മ വൈദ്യുതോപകരണത്തിനുണ്ട്. അത് മറ്റൊന്നുമല്ല, അതിന്റെ, വൈദ്യുതിച്ചുവ തന്നെ.

1

ശബ്ദം: ഒരു ശാസ്ത്രീയ അപഗ്രഥനം

1.1 ശബ്ദത്തിന്റെ ഉത്ഭവവും പ്രസരണവും

എന്താണ് ശബ്ദം? അത് എങ്ങനെ ഉണ്ടാകുന്നു? എങ്ങനെ പ്രസരിക്കുന്നു?

ഒരു വസ്തുവിന്റെ ചലനംമൂലമാണ് ഏതുതരം ശബ്ദവും ഉണ്ടാകുന്നത്. സാധാരണ ചലനം അല്ല, കമ്പനം (Vibration) ആണ് ശബ്ദത്തിന്റെ ഉറവിടം. ശബ്ദായമാനമായ ഒരു ലോകത്താണല്ലോ നാം ജീവിക്കുന്നത്. ഉണർന്നിരിക്കുന്ന സമയത്തെല്ലാം പലവിധ ശബ്ദങ്ങൾ നാലുപാടും നിന്ന് നമ്മുടെ ശ്രവണപുടങ്ങളിൽ വന്ന് അലയടിച്ചുകൊണ്ടേയിരിക്കുന്നത് നമുക്ക് അനുഭവവേദ്യമാണ്.

ഭൗതിക ശാസ്ത്രജ്ഞന്റെ ദൃഷ്ടിയിൽ ശബ്ദം പ്രകാശംപോലെ ഊർജ്ജത്തിന്റെ ഒരു പ്രത്യേക രൂപമാണ്. പ്രകാശം ദർശനേന്ദ്രിയത്തെ ഉത്തേജിപ്പിച്ച് ദൃശ്യവിശേഷം സൃഷ്ടിക്കുമ്പോൾ ശബ്ദം ശ്രവണേന്ദ്രിയത്തെ ഉത്തേജിപ്പിച്ച് കേൾവിക്ക് കാരണമായിത്തീരുന്നു.

തരംഗങ്ങളായിട്ടാണ് ശബ്ദം പ്രസരിക്കുന്നത്. പ്രകാശവും അപ്രകാരമാണ് പ്രസരിക്കുന്നത്. എന്നാൽ ശ്രദ്ധേയമായ ഒരു വ്യത്യാസം പ്രകാശവും ശബ്ദവും തമ്മിലുണ്ട്. പ്രകാശത്തിന്റെ പ്രസരണത്തിന് ഒരു മാധ്യമത്തിന്റെ ആവശ്യം ഇല്ലെന്നിരിക്കെ ശബ്ദത്തിന്റെ സ്ഥിതി നേരെമറിച്ചാണ്. ഒരു മാദ്ധ്യമത്തിലൂടെ മാത്രമേ ശബ്ദതരംഗങ്ങൾക്ക് സഞ്ചരിക്കാൻ കഴിയുകയുള്ളൂ. മാധ്യമത്തിന്റെ സാന്ദ്രത അഥവാ ഘനത്വം (density) ശബ്ദത്തിന്റെ വേഗതയെ ബാധിക്കുന്ന ഒരു സുപ്രധാനഘടകമാണ്. താരതമ്യേന സാന്ദ്രത കൂടിയ മാധ്യമത്തിൽ ശബ്ദത്തിന്റെ വേഗതയും കൂടുതലാണ്. ഖരവസ്തുവിലൂടെ സഞ്ചാരവേഗത വായുവിലൂടെയുള്ള വേഗതയേക്കാൾ കൂടുതലാണെന്നു സാരം. ഇതൊരു വിരോധാഭാസമായി

തോന്നാമെങ്കിലും അതാണ് വസ്തുത. വായുവിലൂടെ വേഗതയേക്കാൾ ഏതാണ്ട് 15 ഇരട്ടി വേഗതയിൽ ഇരുമ്പിലൂടെ ശബ്ദത്തിനു സഞ്ചരിക്കാനാകും.

ഒരു കാലത്ത് കനം കുറഞ്ഞ ഉരുണ്ട തടി ദണ്ഡാണ് രോഗികളെ പരിശോധിക്കാൻ ഡോക്ടർമാർ സ്റ്റെതസ്കോപ്പായിട്ടുപയോഗിച്ചിരുന്നത്. ദണ്ഡിന്റെ ഒരറ്റം രോഗിയുടെ നെഞ്ചിലും മറ്റേ അറ്റം ഡോക്ടറുടെ ചെവിയിലും ചേർത്തു പിടിക്കുമായിരുന്നു. നെഞ്ചിടിപ്പിന്റെ ശബ്ദം ഡോക്ടർക്ക് വ്യക്തമായി കേൾക്കാൻ കഴിഞ്ഞിരുന്നത്രെ.

1.2 വായുവിലൂടെയുള്ള ശബ്ദത്തിന്റെ വേഗത

17-ാം നൂറ്റാണ്ടിൽ പല ശാസ്ത്രജ്ഞരും വായുവിലൂടെയുള്ള ശബ്ദത്തിന്റെ വേഗത കണ്ടുപിടിക്കാൻ പരീക്ഷണങ്ങൾ നടത്തിയിരുന്നു. ഒരു പരീക്ഷണത്തിന്റെ വിശദാംശങ്ങൾ അടിയിൽ കൊടുക്കുന്നു.

രണ്ടു നിരീക്ഷകരിൽ ഒരാൾ ഒരു കുന്നിന്റെ മുകളിലും മറ്റേ ആൾ കുറച്ചകലെയുള്ള മറ്റൊരു കുന്നിന്റെ മുകളിലും നില്ക്കുന്നു. ഒരാൾ ഒരേ സമയം ഒരു പ്രകാശ സിഗ്നലും ഒരു ശബ്ദ സിഗ്നലും പുറപ്പെടുവിക്കുന്നു. ഒരു കൈയിൽ ഒരു സിഗരറ്റ് ലൈറ്ററും മറുകൈയിൽ ഒരു കൈത്തോക്കും പിടിച്ച് ഒരേ സമയം രണ്ടു സിഗ്നലുകളും പുറപ്പെടുവിക്കാൻ കഴിയും. മറ്റേ ആൾ ആദ്യം പ്രകാശവും പിന്നീട് ശബ്ദവും സ്വീകരിക്കുന്നു. ലൈറ്റർ കത്തുമ്പോഴുള്ള പ്രകാശമാണ് ആദ്യം കാണുന്നത്. അല്പസമയത്തിനുശേഷമാണ് ശബ്ദം കേൾക്കുന്നത്. മഴക്കാലത്ത് അന്തരീക്ഷത്തിൽ 'മിന്നൽ' കണ്ട് അല്പം സമയം കഴിഞ്ഞാണല്ലോ. 'ഇടിമുഴക്കം' കേൾക്കുന്നത്. പ്രകാശത്തെ അപേക്ഷിച്ച് വളരെ വളരെ കുറവാണ് ശബ്ദത്തിന്റെ വേഗത എന്നതാണിതിനു കാരണം. മുകളിൽ വിവരിച്ച പരീക്ഷണവും ഈ തത്ത്വത്തിൽ അധിഷ്ഠിതമായിരുന്നു. പ്രകാശ സിഗ്നലും ശബ്ദ സിഗ്നലും മറ്റേ കുന്നിൽ സ്ഥിതിചെയ്യുന്ന സ്വീകർത്താവായ നിരീക്ഷകനിൽ എത്തുന്ന കൃത്യമായ സമയം രേഖപ്പെടുത്തുകയും പലതവണ ഈ പരീക്ഷണം ആവർത്തിക്കുകയുമുണ്ടായി. പ്രകാശവും, ശബ്ദവും നിരീക്ഷകനിലെത്തുമ്പോൾ എത്ര സമയ വ്യത്യാസം ഉണ്ടായി എന്നാണ് യഥാർത്ഥത്തിൽ കണ്ടെത്തിയത്. ഈ സമയവ്യത്യാസത്തിൽ നിന്നും ശബ്ദത്തിന്റെ വേഗത കണക്കാക്കി. പ്രകാശത്തിന്റെ വളരെ ഉയർന്ന വേഗത കണക്കിലെടുത്താൽ അത് സഞ്ചരിക്കാനെടുത്ത സമയം അവഗണിക്കുന്നതിൽ തെറ്റില്ല. അതിനാൽ ഇങ്ങനെ കണ്ടെത്തിയ സമയം ശബ്ദത്തിന് സഞ്ചരിക്കാൻ വേണ്ടി വന്ന സമയമായി കരുതാം. ഈ സമയവും കുന്നുകൾ തമ്മിലുള്ള അകലവും കണക്കിലെടുത്ത് ശബ്ദത്തിന്റെ വേഗത കണ്ടുപിടിച്ചു. ഇങ്ങനെ കിട്ടിയ ശരാശരി വേഗത ഏകദേശം 330 മീ/ സെ ആയിരുന്നു. അതായത് ഒരു സെക്കൻഡിൽ ശബ്ദം സഞ്ചരിക്കുന്ന ദൂരം 330 മീറ്റർ ആയിരിക്കും. പരിഷ്കൃത സജ്ജീകരണങ്ങളുപയോഗിച്ച് പില്ക്കാലത്ത് കണ്ടുപിടിച്ച കൃത്യമായ ശബ്ദവേഗത ഇതിൽനിന്നും വളരെയൊന്നും വ്യത്യസ്തമായിരുന്നില്ല.

1.3 പ്രതിദ്ധ്വനി (Echo)യും അനുരണനവും (Reverberation)

ഉയർന്ന ഒരു മതിലിൽ നിന്നോ, ഒരു കുന്നിൽ നിന്നോ വലിയൊരു ഹാളിലെ ഭിത്തികളിൽ നിന്നോ പ്രതിഫലിച്ചു വരുന്ന ശബ്ദമാണ് പ്രതിധ്വനി (Echo). പൊക്കമുള്ള ഒരു മതിലിൽ നിന്ന് കുറച്ചകലെ നില്ക്കുന്ന ഒരാൾ കൈകൊട്ടി ശബ്ദമുണ്ടാക്കുന്നുവെന്നിരിക്കട്ടെ. ആ ശബ്ദത്തിന്റെ പ്രതിദ്ധ്വനി അയാളിൽ എത്തുന്നതിന് എടുക്കുന്ന സമയം, മതിലിലേക്കുള്ള ദൂരത്തെ ആശ്രയിച്ചിരിക്കുന്നു. പ്രതിദ്ധ്വനി അതിനു കാരണമായ ശബ്ദത്തിൽ നിന്നും വേറിട്ട് വ്യക്തമായി കേൾക്കണമെങ്കിൽ അത് കുറഞ്ഞത് 0.1 സെക്കൻഡ് കഴിഞ്ഞുവേണം എത്താൻ. അതിനർത്ഥം ശബ്ദം കുറഞ്ഞത് 331 X 0.1 = 33.1 മീറ്റർ എങ്കിലും സഞ്ചരിച്ചിരിക്കണം. അതിനാൽ ഭിത്തിയിൽനിന്നും ഏകദേശം 17 മീ. അകലെ ആയിരിക്കണം അയാൾ നില്ക്കുന്നത്. അകലം ഇതിൽ കുറവാണെങ്കിൽ പുറപ്പെടുവിച്ച ശബ്ദവും അതിന്റെ പ്രതിദ്ധ്വനിയും തമ്മിൽ കൂടിക്കലരാനിടയാകും. ആ സാഹചര്യത്തിൽ ആദ്യത്തെ ശബ്ദം കുറച്ചു സമയത്തേക്കു കൂടി നില നില്ക്കുന്ന പ്രതീതി ഉണ്ടാകും. ഈ പ്രതിഭാസമാണ് അനുരണനം (reverberation).

1.4 ആഡിറ്റോറിയം രൂപകല്പന

വിശാലമായ ഹാളുകളിലും ആഡിറ്റോറിയങ്ങളിലും അനുരണനത്തിന്റെയും ഭിത്തികളിലും മേൽക്കൂരയിൽനിന്നും തറയിൽനിന്നും ഉണ്ടാകുന്ന ബഹുതല പ്രതിഫലനങ്ങളുടെയും പ്രഭാവം അസുഖകരമാണ്. ലണ്ടനിലെ സെയ്ന്റ് പോൾ പള്ളിയിൽ 'ഓർഗൻ' വായന നിർത്തിയാലും ഏതാണ്ട് 6 സെക്കൻഡ്സ് സമയത്തേക്ക് അതിൽ നിന്നു പുറപ്പെട്ട ധ്വനികളുടെ പ്രതിഫലനം ഹാളിൽ തങ്ങിനില്ക്കുന്നതായിട്ട് അനുഭവപ്പെടാറുണ്ടത്രെ.

ഇതൊക്കെ ആണെങ്കിലും മിതമായ തോതിലുള്ള അനുരണനം അഭികാമ്യമാണ്. അല്പസമയത്തേക്ക് പ്രഭാഷണത്തിന്റെയും സംഗീതത്തിന്റെയും ശബ്ദവീചികൾ ഹാളിൽ തങ്ങിനില്ക്കുന്നത് അകത്തുള്ള എല്ലാവർക്കും നന്നായി കേൾക്കാനുള്ള അവസരം നല്കും. അതു സാദ്ധ്യമായില്ലെങ്കിൽ ധ്വനിയെ സംബന്ധിച്ചിടത്തോളം ആ ആഡിറ്റോറിയം 'മൃതം' (dead) ആണെന്ന് പറയേണ്ടിവരും.

ഒരു ആഡിറ്റോറിയത്തിനുണ്ടായിരിക്കേണ്ട ഗുണങ്ങളെപ്പറ്റി വിശദമായ പഠനങ്ങൾ നടത്തിയിട്ടുള്ള സാങ്കേതിക വിദഗ്ദ്ധനാണ് സാബായൻ (Sabine). ആഡിറ്റോറിയത്തിന്റെ ഏറ്റവും പ്രധാനപ്പെട്ട സവിശേഷത അതിന്റെ അനുയോജ്യമായ അനുരണന സമയം (reverberation time) ആണ്. ഒരു നിശ്ചിത തീവ്രതയുള്ള ശബ്ദം ക്രമേണ തീവ്രത കുറഞ്ഞ് കേൾക്കാൻ കഴിയാതാകുന്നതിനു വേണ്ടിവരുന്ന സമയം ആണിത്. ജനശൂന്യമായ പള്ളിഹാളുകളിലും ആഡിറ്റോറിയങ്ങളിലും അനുരണന സമയം കണ്ടുപിടിക്കാൻ സാബായൻ നിരവധി പരീക്ഷണ

ങ്ങൾ നടത്തുകയുണ്ടായി. ചെറിയൊരു ഓർഗൻ പൈപ്പിന്റെ സഹായത്തോടെയാണ് ഇദ്ദേഹം പരീക്ഷണങ്ങൾ നടത്തിയത്. പിന്നീട് ഭിത്തികളും തറയും മേൽത്തട്ടും പലവിധ പായകളും, ഷീറ്റുകളും കൊണ്ടുമൂടിയശേഷം ഈ പരീക്ഷണങ്ങൾ ആവർത്തിക്കുകയുണ്ടായി. ഈ പരീക്ഷണങ്ങളിലൂടെ സ്വീകാര്യമായ അനുരണനസമയം 1 സെക്കൻഡിനും 2 സെക്കൻഡിനും ഇടയിലാണെന്ന് സാബായൻ കണ്ടെത്തി.

പരീക്ഷണഫലങ്ങളുടെ അടിസ്ഥാനത്തിൽ ഒരു ഫോർമുലയും സാബായൻ ആവിഷ്കരിച്ചു. അനുരണന സമയം, ഹാളിന്റെ ഉൾവ്യാപ്തം, തറയുടെയും ഭിത്തികളുടെയും മേൽത്തട്ടിന്റെയും ആകെ വിസ്തീർണ്ണം, ഈ പ്രതലങ്ങളുടെ ശബ്ദ പ്രതിഫലനശേഷി എന്നിവയെ ബന്ധിപ്പിക്കുന്നതാണ് ഈ ഫോർമുല. സംഗീത പരിപാടികൾക്കും പ്രഭാഷണങ്ങൾക്കും മറ്റു കലാ സാംസ്കാരിക പരിപാടികൾക്കും അനുയോജ്യമായ ആഡിറ്റോറിയങ്ങൾ നിർമ്മിക്കുന്നതിന് ഇത് സഹായകമായി. അങ്ങനെ എഞ്ചിനീയർമാരും ആർക്കിടെക്റ്റുകളും നിർമ്മാണവിദ്യയിൽ സംഗീതത്തിന്റെ ഭൗതികശാസ്ത്രം പ്രയോഗക്ഷമമാക്കി പലരും സാബായന്റെ പരീക്ഷണങ്ങൾ തുടരുകയുമുണ്ടായി. ഇപ്പോൾ ആഡിറ്റോറിയങ്ങളുടെ രൂപകല്പനയിൽ ശബ്ദസംബന്ധമായ സാങ്കേതിക കാര്യങ്ങൾക്ക് പ്രത്യേകമായ ഊന്നൽ നല്കാറുണ്ട്. അനുരണനം നിയന്ത്രിക്കുന്നതിന് അനുയോജ്യമായ പദാർത്ഥങ്ങൾകൊണ്ട് ഭിത്തികളും മേൽത്തട്ടും ആവരണം ചെയ്യുന്നു.

1.5 ശബ്ദനിയന്ത്രണമുള്ള മുറികൾ

ഉച്ചഭാഷിണികളുടെയും സ്വനഗ്രാഹികളുടെയും അതുപോലുള്ള മറ്റ് ഉപകരണങ്ങളുടെയും പ്രവർത്തനം പഠിക്കുന്നതിന് പ്രത്യേകം സജ്ജമാക്കിയ മുറികൾ ആവശ്യമാണ്. ഭിത്തികൾ ശബ്ദത്തെ പ്രതിഫലിപ്പിക്കാത്തതും പൂർണ്ണമായും ആഗിരണം ചെയ്യുന്നതും ആയിരിക്കണം. അതിനായി ഭിത്തികൾ മാത്രമല്ല മേൽത്തട്ടും തുണികൾ കൊണ്ടോ കനം കുറഞ്ഞ പലകകൾ കൊണ്ടോ പൊതിയുകയാണ് പതിവ്. ഫ്ളാറ്റുകളിൽ താമസിക്കുന്നവർ സമീപവാസികളിൽ നിന്നുള്ള ശബ്ദശല്യം നിയന്ത്രിക്കാൻ മുറികളിൽ ശബ്ദഅവശോഷണത്തിനുള്ള കാര്യക്ഷമമായ മുൻകരുതലുകൾ എടുക്കേണ്ടത് സുഖകരമായ ജീവിത സാഹചര്യം സൃഷ്ടിക്കാൻ അനിവാര്യമാണ്. പഴയ കാലത്തെ ചില വീടുകളിലെ നിരയും പുരയും ഇവിടെ സ്മരണീയമാണ്.

1.6 പ്രതിദ്ധ്വനിയെ ആശ്രയിച്ചുള്ള ദൂരനിർണ്ണയം

പ്രതിദ്ധ്വനിയെ അടിസ്ഥാനമാക്കി ദൂരനിർണ്ണയം നടത്തുന്നതിനുള്ള ഉപകരണങ്ങൾ ഉണ്ട്. അത്തരമൊരുപകരണമാണ് 'ഫാത്തോമീറ്റർ'

അഥവാ 'ആഴമാപിനി'. കടലിന്റെ ആഴമളക്കാൻ കപ്പലുകളിൽ സാധാരണയായി ഉപയോഗിക്കാറുള്ള ഉപകരണമാണ് ഫാഥോമീറ്റർ (Fathometer)

കപ്പലിന്റെ അടിവശത്ത് ഉറപ്പിച്ചിട്ടുള്ള ശബ്ദോല്പാദന സംവിധാനത്തിൽനിന്നും ശബ്ദ സിഗ്നലുകൾ (Sound signals) അയച്ചു കൊണ്ടേയിരിക്കും. കടലിന്റെ അടിത്തട്ടിൽനിന്നും പ്രതിഫലിച്ചു വരുന്ന ശബ്ദത്തെ ഒരു ഹൈഡ്രോഫോൺ (Hydrophone) സ്വീകരിക്കുന്നു. ഹൈഡ്രോഫോൺ യഥാർത്ഥത്തിൽ ജലത്തിൽ പ്രവർത്തിക്കാനായി നിർമ്മിച്ചിട്ടുള്ള ഒരു മൈക്രോഫോൺ ആണ്. ശബ്ദത്തെ വൈദ്യുത സിഗ്നലുകളാക്കി മാറ്റാൻ കഴിവുള്ള ഉപകരണമാണല്ലോ 'മൈക്ക്' എന്ന ചുരുക്കപ്പേരിൽ അറിയപ്പെടുന്ന മൈക്രോഫോൺ. കടലിന്റെ അടിത്തട്ടിലേക്ക് പോകുന്ന ശബ്ദവും പ്രതിഫലിച്ച് തിരിച്ചുവരുന്ന പ്രതിദ്ധ്വനിക്കും വേണ്ടിവരുന്ന സഞ്ചാരസമയത്തിൽനിന്നും കടലിന്റെ ആ സ്ഥാനത്തെ ആഴം കണക്കാക്കാൻ കഴിയും ഇതാണ് ആഴമാപിനിയുടെ പ്രവർത്തനതത്ത്വം. വളരെ വിലപ്പെട്ട വിവരമാണ് ഇതുവഴി കപ്പലിന്റെ ക്യാപ്റ്റനു ലഭിക്കുന്നത്. അതിന്റെ അടിസ്ഥാനത്തിൽ കടലിലെ ആഴം കുറഞ്ഞ ഭാഗം ഒഴിവാക്കി സുരക്ഷിത സ്ഥാനങ്ങളിലൂടെ കപ്പലിനെ നയിക്കാൻ കഴിയുന്നു. കടലിനടിയിൽ ചില ഭാഗങ്ങളിൽ അദൃശ്യമായി മണൽത്തിട്ടകൾ ഉണ്ടായിരിക്കാനിടയുണ്ട്. അവയെ ഒഴിവാക്കി മുന്നോട്ടു പോകാൻ ആഴമാപിനി സഹായകമാണ്. ഉയർന്ന ആവൃത്തിയിലുള്ള അൾട്രാ സോണിക് ശബ്ദമാണ് ഇതിനായി ഉപയോഗിക്കുന്നത്.

1.7 തരംഗനീളം, ആവൃത്തി, വേഗത

ശബ്ദം തരംഗ രൂപത്തിൽ ഒരു മാദ്ധ്യമത്തിലൂടെ, നിശ്ചിത വേഗതയിൽ സഞ്ചരിക്കുന്നു. തരംഗം (Wave) എന്നാൽ എന്തെന്ന് അറിയാൻ ജലാശയത്തിലെ ഓളങ്ങൾ ശ്രദ്ധിച്ചാൽ മതി. ഒന്നിടവിട്ട് ശൃംഗവും (Crest), ഗർത്തവും (trough) ചേർന്നതാണ് തരംഗ രൂപം (Wave form) ജലോപരിതലത്തിലെ തരംഗങ്ങൾ ശ്രദ്ധിച്ചാൽ ജലകണങ്ങൾ മുകളിലേക്കും താഴേക്കും ചലിക്കുന്നതിനാണ് തരംഗരൂപം സംജാതമാകുന്നത് എന്നു മനസ്സിലാകും. തിരശ്ചീന (Horizontal) തലത്തിൽനിന്നും മുകളിലേക്കു ചലിക്കുന്ന ജലകണങ്ങൾ ശൃംഗരൂപവും താഴേക്കു ചലിക്കുന്നവ ഗർത്തത്തിന്റെ രൂപവും സൃഷ്ടിക്കുന്നു.

ചിത്രത്തിൽ ABC ഒരു ശൃംഗവും CDE ഒരു ഗർത്തവും ആകുന്നു. രണ്ടും കൂടി ചേർന്ന ACE ഒരു തരംഗനീളം (Wave Length) ആയി കണക്കാക്കപ്പെടുന്നു.

തരംഗ നീളം = λ ആണെങ്കിൽ AE = λ, AC - $\lambda/2$, AP = $\lambda/4$

ശബ്ദ തരംഗങ്ങൾക്കു സഞ്ചരിക്കാൻ ഒരു മാധ്യമം ആവശ്യമാണ്. മുകളിൽ പരാമർശിച്ച ജലതരംഗങ്ങളിൽനിന്നു വ്യത്യസ്തമാണ് ശബ്ദ

തരംഗങ്ങൾ ജലതരംഗങ്ങളിൽ ജലകണങ്ങളുടെ ചലനം ജലോപരിതലത്തിന് ലംബം (perpendicular) ആയിട്ടാണ്. അത്തരം തരംഗങ്ങളെ അനുപ്രസ്ഥ തരംഗങ്ങൾ (Transverse waves) എന്നു പറയുന്നു. ശബ്ദതരംഗങ്ങളിൽ കണങ്ങളുടെ കമ്പനം (Vibration) സഞ്ചാരദിശയ്ക്കു സമാന്തരമായിട്ടാണ്. തന്മൂലം ഒന്നിടവിട്ട് മാധ്യമത്തിന്റെ സങ്കോചവികാസങ്ങൾ ആണുണ്ടാകുക. ഈ സങ്കോച വികാസങ്ങളാണ് മുന്നോട്ടു സഞ്ചരിക്കുന്നത്. ഇത്തരം തരംഗങ്ങളെ അനുദൈർഘ്യതരംഗങ്ങൾ (Longitudinal waves) എന്നു പറയുന്നു. അതിനാൽ ശബ്ദതരംഗങ്ങൾ അനുദൈർഘ്യ തരംഗങ്ങൾ ആകുന്നു.

ഒരു മാധ്യമത്തിലൂടെയുള്ള ശബ്ദത്തിന്റെ വേഗത മാധ്യമത്തിന്റെ സാന്ദ്രത (density) ആശ്രയിച്ചിരിക്കുന്നു. വേഗതയെ നിയന്ത്രിക്കുന്ന മറ്റൊരു ഘടകം താപനിലയാണ്. സാന്ദ്രത കൂടിയ മാധ്യമത്തിൽ ശബ്ദവേഗത കൂടുതലായിരിക്കുമെന്ന പ്രത്യേകത ശ്രദ്ധേയമാണ്. അതുപോലെ തന്നെ താപനില കൂടുമ്പോൾ വേഗതയും കൂടുന്നതാണ്. വായുവിലൂടെയുള്ള ശബ്ദത്തിന്റെ ശരാശരി വേഗത 331 മീ/സെ ആണെന്ന് പല പരീക്ഷണങ്ങളിലൂടെ സ്ഥാപിക്കാൻ കഴിഞ്ഞിട്ടുണ്ട്.

ദ്രാവകങ്ങളിലൂടെയുള്ള ശബ്ദസഞ്ചാരത്തിന്റെ വേഗത പലവിധ പരീക്ഷണങ്ങളിലൂടെ കണ്ടുപിടിച്ചിട്ടുണ്ട്. ജലത്തിലൂടെയുള്ള ശബ്ദവേഗതയ്ക്ക് വിശേഷിച്ചും പ്രാധാന്യമുണ്ട്. യുദ്ധകാലത്ത് ശത്രുവിന്റെ അന്തർവാഹിനി എത്ര അകലത്തിലൂടെ നീങ്ങുന്നതെന്ന് കണ്ടുപിടിക്കേണ്ടത് ആവശ്യമാണല്ലോ.

ഒരു പരീക്ഷണത്തിൽ 8^0C താപനിലയിൽ ജലത്തിലൂടെയുള്ള ശബ്ദവേഗത 1435 മീ/സെ. ആണെന്നു കണ്ടു. ഒന്നാം ലോക മഹായുദ്ധകാലത്ത് സമുദ്രജലത്തിലെ ശബ്ദവേഗത കണ്ടുപിടിക്കാൻ ശാസ്ത്രജ്ഞരുടെ സേവനം ഉപയോഗപ്പെടുത്തുകയുണ്ടായി. 13 മീറ്റർ ആഴത്തിൽ സമുദ്രജലത്തിലെ വേഗത 1503 മീ/സെ എന്നു കണ്ടു. ആ സ്ഥാനത്തെ താപനില 14.5^0C ആയിരുന്നു. 1.0245 ആയിരുന്നു അവിടത്തെ ജലസാന്ദ്രത.

അറ്റ്ലാന്റിക് സമുദ്രത്തിൽ അമേരിക്കയുടെ തീരത്ത് ജലനിരപ്പിൽ നിന്ന് 10 മീ. താഴെ 0.5 കി ഗ്രാം TNT ശേഷിയുള്ള ബോംബ് പൊട്ടിക്കുകയും ഒപ്പം ഒരു റേഡിയോ സിഗ്നൽ പുറപ്പെടുവിക്കുകയും ചെയ്ത് നടത്തിയ പരീക്ഷണത്തിൽ ശരാശരി 10 മൈൽ ദൂരത്തിൽ 5 മൈക്രോഫോണുകൾ സ്ഥാപിച്ചിരുന്നു. മൈക്രോഫോണുകളുടെ പ്രതികരണങ്ങൾ, ഫിലിമുകളിൽ രേഖപ്പെടുത്താൻ സംവിധാനമുണ്ടായിരുന്നു. അവ അപഗ്രഥിച്ചതിൽനിന്നും ശബ്ദത്തിന്റെ ശരാശരി വേഗത- 0.3^0C താപനിലയിൽ 1453.5 മീ/സെ. ആണെന്നു കണ്ടു.

പില്ക്കാലത്ത് നടത്തിയ പരീക്ഷണങ്ങളിൽ ജലത്തിലെ ശബ്ദവേഗത കണ്ടുപിടിക്കാൻ അൾട്രാ സോണിക് സ്രോതസ്സുകളാണ് കൂടുതലും ഉപയോഗപ്പെടുത്തിയത്.

1.8 കേൾക്കാൻ കഴിയാത്ത ശബ്ദങ്ങൾ

ഒരു സെക്കൻഡിൽ ഒരു കമ്പനം (Vibration) പൂർത്തിയാക്കുന്ന വസ്തുവിന്റെ കമ്പന ആവൃത്തി (Frequency) ഒരു 'ഹെർട്സ്' (Hertz) ആയിരിക്കും. 120 ഹെർട്സ് ആവൃത്തിയുള്ള ഒരു ട്യൂണിങ് ഫോർക് (Tuning Fork) കമ്പന വിധേയമാക്കിയാൽ ഒരു സെക്കൻഡിൽ 120 പ്രാവശ്യം കമ്പനം ചെയ്യുന്നതാണ്. ഒരു വസ്തു കമ്പനം ചെയ്യുമ്പോൾ അതിൽ നിന്നും അനുദൈർഘ്യ തരംഗങ്ങൾ പുറപ്പെടുന്നു. വസ്തുവിന്റെ കമ്പന ആവൃത്തി കേൾവിയുടെ പരിധിയിൽ ആണെങ്കിൽ ശബ്ദം ശ്രവിക്കാൻ കഴിയും. കേൾവിയുടെ താഴ്ന്ന ആവൃത്തി പരിധി 20 ഹെർട്സ് ആണ്. 20 ഹെർട്സിനു മുകളിൽ ആവൃത്തിയുള്ള ശബ്ദം മാത്രമേ കേൾക്കാൻ കഴിയുകയുള്ളൂ. കേൾക്കാൻ കഴിയുന്ന ശബ്ദത്തിന് ഒരു ഉയർ ആവൃത്തി പരിധിയുമുണ്ട്. ഇത് 20,000 (ഇരുപതിനായിരം) ഹെർട്സ് ആണ്. ഈ പരിധിക്കുമുകളിൽ ആവൃത്തി ഉള്ള ശബ്ദം കേൾക്കാൻ കഴിയുകയില്ല. 20 ഹെർട്സിൽ താഴെ ആവൃത്തിയുള്ള ശബ്ദത്തെ ഇൻഫ്രാസോണിക് (Infrasonic) എന്നും, 20,000 ഹെർട്സിനു മുകളിൽ ആവൃത്തിയുള്ള ശബ്ദത്തെ അൾട്രാസോണിക് എന്നും പറയുന്നു. രണ്ടും കേൾവിയുടെ പരിധിക്കു പുറത്താണ്. സൂപ്പർ സോണിക് (Supersonic) എന്നത് ശബ്ദത്തേക്കാൾ കൂടിയ വേഗതയെ സൂചിപ്പിക്കുന്ന പദമാണ്. ശബ്ദവേഗതയേക്കാൾ കൂടിയ വേഗത്തിൽ സഞ്ചരിക്കുന്ന വിമാനങ്ങളുണ്ട്. അവയെ സൂപ്പർ സോണിക് വിമാനങ്ങൾ എന്നാണ് പറയുന്നത്.

ചില ജീവികൾക്ക് ഇൻഫ്രാസോണിക് ശബ്ദം കേൾക്കാൻ കഴിയുമത്രെ. അതുപോലെ തന്നെ വാവൽ (Bats) പോലുള്ള ചില ജീവികൾക്ക് അൾട്രാസോണിക് ശബ്ദം പുറപ്പെടുവിക്കാനും കേൾക്കാനും കഴിവുണ്ട്. വാവൽ സ്വയം പുറപ്പെടുവിക്കുന്ന അൾട്രാസോണിക് ശബ്ദം തടസ്സങ്ങളിൽ തട്ടി പ്രതിഫലിച്ചു വരാൻ എടുക്കുന്ന സമയത്തിൽനിന്നും അതിന്റെ സഞ്ചാരവഴിയിൽ എവിടെയെല്ലാം തടസ്സങ്ങൾ ഉണ്ടെന്നും അവ എത്ര അകലങ്ങളിൽ സ്ഥിതി ചെയ്യുന്നുവെന്നും കണക്കാക്കിയാണ് രാത്രിയിൽ സഞ്ചാരം സുഗമമാക്കുന്നത്. ആശുപത്രികളിൽ രോഗനിർണ്ണയത്തിന് അൾട്രാസോണിക് ശബ്ദം വ്യാപകമായി ഉപയോഗിച്ചുവരുന്നു. അൾട്രാസോണിക് ശബ്ദം ഉപയോഗിച്ച് ശരീരഭാഗങ്ങൾ സ്കാൻ (Scan) ചെയ്യുന്നു. എക്സ്റേ ചിത്രങ്ങളുടെ സഹായത്തോടെ ശരീര ഭാഗങ്ങളുടെ തകരാറുകൾ കണ്ടുപിടിക്കുന്നതിന് സമാനമാണിത്. അൾട്രാസൗണ്ട് എക്സ് റേ പോലെ ശരീരകോശങ്ങൾക്ക് ഹാനി ഉണ്ടാക്കുന്നില്ലെന്ന മെച്ചവും അൾട്രാസൗണ്ട് സ്കാനിങ്ങിനുണ്ട്.

1.9 അലോസരം സൃഷ്ടിക്കുന്ന ശബ്ദം (Noise)

മുമ്പ് സൂചിപ്പിച്ചതുപോലെ ശബ്ദമുഖരിതമല്ലാത്ത ഒരുപരിസരത്തെ

പ്പറ്റി ചിന്തിക്കാനേ കഴിയില്ല. ഇതെഴുതുമ്പോൾ അടുത്ത വീട്ടിൽനിന്നും തട്ടുമുട്ടു ശബ്ദങ്ങൾ കേൾക്കുന്നു. ആശാരി അവിടെ മേശയോ അലമാരയോ പണിയുകയാണ്. 'പഴയ പത്രം വില്ക്കാനുണ്ടോ' എന്ന് ഒരാൾ സൈക്കിളിൽ ഗേറ്റിനു മുന്നിൽ വന്ന് അന്വേഷിക്കുന്നു. മുൻവശത്തെ വീട്ടിൽ കുട്ടി ശാഠ്യം പിടിച്ചു കരയുന്നു. ഉന്തുവണ്ടിയിൽ പഴവും പച്ചക്കറിയും വില്ക്കുന്ന കച്ചവടക്കാരന്റെ ശബ്ദമാണ് അടുത്തത്. അല്പം അകലെയുള്ള റോഡിലൂടെ ഓടുന്ന ബസിന്റെയും കാറിന്റെയും ഹോൺ ശബ്ദം, ക്ഷേത്രത്തിൽ നിന്ന് ഇടയ്ക്കിടെ ഉയരുന്ന ശംഖനാദം, പുറകുവശത്തെ മാവിൽ ചില്ലകളിൽ പക്ഷികൾ ഇടതടവില്ലാതെ ശബ്ദിച്ചുകൊണ്ടിരിക്കുന്നു. തെങ്ങിൽ ഓടിക്കയറുന്ന അണ്ണാറക്കണ്ണന്റെ 'ഝിൽ ഝിൽ' ശബ്ദമാണ് ആ കേൾക്കുന്നത്. വീടിന്റെ പിന്നിൽ നിന്നും തുണി അലക്കുന്ന ശബ്ദവും കേൾക്കാം. മറ്റൊരു ശല്യപ്പെടുത്തുന്ന ശബ്ദം അടുത്ത വീട്ടിലെ ഗേറ്റ് തുറന്ന് തള്ളി നീക്കുമ്പോഴുണ്ടാകുന്നതാണ്. ആ ശബ്ദം കൂടെക്കൂടെ കേൾക്കാറുണ്ട്. ഇതാ ഫോൺ ബെല്ലടിക്കുന്നു. ഏതോ പരസ്യക്കാരാണ്. ദിവസവും പലതവണ ഈ ശല്യം സഹിക്കണം.

കുറച്ചകലെയുള്ള മൈതാനത്ത് വൈകിട്ട് നടക്കാനിരിക്കുന്ന പൊതുസമ്മേളനത്തിന്റെ വിവരം നാട്ടുകാരെ അറിയിക്കാൻ ഉച്ചഭാഷിണിയിലൂടെ വിളിച്ചുപറയുന്നതിന്റെ ശബ്ദവും, ഒപ്പം ഇടവേളകളിലെ പാട്ടും നമുക്ക് സമ്മാനിക്കുന്നത് അലോസരപ്പെടുത്തുന്ന ശബ്ദശല്യം തന്നെയാണ്.

വായുമലിനീകരണത്തെപ്പറ്റിയും ജലമലിനീകരണത്തെപ്പറ്റിയും ഇക്കാലത്ത് ആളുകൾ ബോധവാന്മാരാണ്, എന്നാൽ ശബ്ദമലിനീകരണത്തെപ്പറ്റി അത്രത്തോളം അവബോധം സാമാന്യ ജനങ്ങൾക്കിടയിൽ ഉള്ളതായി കാണുന്നില്ല. ശബ്ദ മലിനീകരണത്തെപ്പറ്റി നടത്തിയ ശാസ്ത്രീയ പഠനങ്ങൾ വെളിവാക്കുന്നത് അത് എത്രത്തോളം അസഹ്യമായി തോന്നുന്നു എന്നത് ശ്രോതാവിന്റെ മനോഭാവത്തെ ആശ്രയിച്ചിരിക്കുന്നു എന്നാണ്. മറ്റൊരു വസ്തുത മനുഷ്യജന്യമായ ശബ്ദങ്ങളാണ് കൂടുതൽ ശല്യപ്പെടുത്തുന്നതെന്നാണ്. അത്തരം ശബ്ദത്തിന്റെ തീക്ഷ്ണതയാണ് ശ്രോതാവിന്റെ ഏകാഗ്രത നഷ്ടപ്പെടുത്തുന്ന ഘടകം. ശരാശരി ശബ്ദ തീവ്രത 55 ഡെസി ബെല്ലിലധികം ആകാൻ പാടില്ലെന്നാണ് വ്യവസ്ഥ. ദുർഗ്ഗാപൂജാ നടക്കുന്ന പന്തലിൽ 92 ഡെസിബെൽ വരെ ഇത് ഉയരാറുണ്ടത്രെ. പശ്ചിമ ബംഗാൾ മലിനീകരണ നിയന്ത്രണ ബോർഡ് നടത്തിയ പഠനത്തിൽ നിന്നാണ് ഈ വിവരം ലഭിച്ചത്.

ഇംഗ്ലണ്ടിൽ 'ബിൽഡിങ് റിസർച്ച് എസ്റ്റാബ്ലിഷ്മെന്റ്' (BRE) നടത്തിയ ഗവേഷണപഠനത്തിൽനിന്നും മനസ്സിലായത് ചുറ്റുപാടുകളിൽ നിന്നും ഉണ്ടാകുന്ന ശബ്ദ മലിനീകരണം ജനലുകളുടെ ശബ്ദപ്രതിരോധശേഷിയുടെ അപര്യാപ്തത മൂലമാണെന്നാണ്.

അനാവശ്യ ശബ്ദങ്ങൾ ഒരു പരിധി വരെ നമ്മെ അലോസരപ്പെടുത്തുമ്പോൾ, പരിധി കടന്നാൽ അത് ഏകാഗ്രതയെ നശിപ്പിച്ച് സർഗ്ഗ

ശേഷിയെ ദോഷകരമായി ബാധിക്കുന്നു. മനസ്സിന്റെ പിരിമുറുക്കം, മനോനിലയ്ക്കുണ്ടാകുന്ന തകർച്ച (Depression), ശ്രവണ ശേഷിക്കുണ്ടാകുന്ന തകരാറ് എന്നിവയാണ് മറ്റു ദോഷഫലങ്ങൾ. പരിധിലംഘിക്കുന്ന ശബ്ദശല്യം ആരും സൃഷ്ടിക്കാൻ പാടില്ലെന്ന് കേന്ദ്രനിയമം നിലവിലുണ്ട്.* എന്നാൽ ഇത് പാലിക്കപ്പെടാറില്ലെന്നുമാത്രം.

ആൾ ഇന്ത്യാ ഇൻസ്റ്റിറ്റ്യൂട്ട് ഓഫ് മെഡിക്കൽ സയൻസസ് (AIIMS) നടത്തിയ ഒരു പഠനം ശബ്ദമലിനീകരണത്തിന്റെ പ്രത്യാഘാതമായി ചില ജീവികൾക്ക് ജീവനാശംവരെ സംഭവിച്ചിട്ടുള്ളതായി കണ്ടെത്തുകയുണ്ടായി. ഡൽഹി ആസ്ഥാനമായി പ്രവർത്തിക്കുന്ന ഒരു സന്നദ്ധ സംഘടന നടത്തിയ പഠനത്തിൽ ശബ്ദശല്യത്തിന്റെ മുഖ്യകാരണം വാഹനങ്ങൾ സൃഷ്ടിക്കുന്ന 'ഹോൺ' ശബ്ദമാണെന്നും കാണുകയുണ്ടായി. വിശേഷിച്ചും ആശുപത്രികളെ ഈ ശല്യം സാരമായി ബാധിക്കുന്നുണ്ടെന്നും ബോദ്ധ്യമായി.

ശബ്ദമലിനീകരണത്തെ എങ്ങനെ നേരിടും? എങ്ങനെ അതിനു ഫലപ്രദമായ പരിഹാരം കാണും? ചില കാര്യങ്ങൾ ഇവിടെ പരിഗണിക്കാവുന്നതാണ്.

> കെട്ടിടത്തിന്റെ രൂപകല്പന നിർവ്വഹിക്കുന്ന ആർക്കിടെക്റ്റ് ശബ്ദശല്യം ഉണ്ടാകാത്തരീതിയിൽ അതുചെയ്യുക. പ്രായോഗിക തലത്തിൽ ഇതു സാദ്ധ്യമാകണമെങ്കിൽ അനുയോജ്യമായ നിർമ്മാണ സാമഗ്രികൾ തെരഞ്ഞെടുക്കേണ്ടതുണ്ട്. വീടിനകത്ത് ഏറ്റവും അധികം ശബ്ദമുണ്ടാക്കുന്ന ഉപകരണമാണ്. 'വാഷിങ് മെഷീൻ'. ശബ്ദം അവശോഷണം ചെയ്യുന്ന പദാർത്ഥങ്ങൾകൊണ്ട് അതിനെ പൊതിഞ്ഞ് ഈ പ്രശ്നത്തിന് പരിഹാരം കാണാം.

'ശബ്ദശല്യ'ത്തിന് ഒരു മറുവശം ഉണ്ടെന്നുകൂടി ചൂണ്ടിക്കാട്ടി ഈ വിഷയം ഇവിടെ ഉപസംഹരിക്കാം; പ്രത്യേകിച്ച് ഒന്നും ചെയ്യാനില്ലാതെ വീട്ടിലിരുന്ന് വിശ്രമിക്കുന്ന ഒരാൾക്ക് സമയം പോകുന്നതായി തോന്നുകയില്ല. ദീർഘനേരത്തെ നിശ്ശബ്ദത അസ്സഹനീയമായിരിക്കും. ഏകാന്തതയും നിശ്ശബ്ദതയും ശബ്ദശല്യത്തേക്കാൾ കൂടുതൽ ഹാനികരമായി ഭവിച്ചേക്കാം. ചിലരിൽ ഈ സാഹചര്യം മനോവ്യാധി സൃഷ്ടിച്ചേക്കാനിടയുണ്ട്. അവരെ സംബന്ധിച്ചിടത്തോളം 'ശബ്ദശല്യം' ഒരനുഗ്രഹമാണെന്നു പറയാം.

1.10 ശബ്ദത്തിന്റെ തീവ്രതയും ഉച്ചതയും

മനുഷ്യനു കേൾക്കാൻ കഴിയുന്ന ശബ്ദത്തിന്റെ തീവ്രത (intensity) വളരെ വിസ്തൃതമായ 'റേയ്ഞ്ചി'(Range)ലുള്ളതാണ്. ശബ്ദ തീവ്ര

* Environment protection Act

തയെ സൂചിപ്പിക്കുന്ന നമ്പർ വളരെ വലുതാണ് ($1-10^{13}$) ഉച്ചതയും (Loudness) തീവ്രതയും തമ്മിലുള്ള ബന്ധം.

$L_1/L_2 = \log I_1/\log I_2$

എന്നാണ്. ഇവിടെ L_1, L_2 കേൾക്കാൻ കഴിയുന്ന രണ്ടു ശബ്ദങ്ങളുടെ ഉച്ചതയെ സൂചിപ്പിക്കുന്നു; I_1, I_2 അവയുടെ തീവ്രതയെയും. അങ്ങനെ, സാങ്കേതികമായി തീവ്രതയുടെ ലോഗരിതമാണ് ഉച്ചത എന്നു പറയാം. അതായത് തീവ്രത 1 ആണെങ്കിൽ ഉച്ചത 0 (പൂജ്യം) ആയിരിക്കും. തീവ്രത 10^{13} ആയിരുന്നാൽ ഉച്ചത 13 ആയിരിക്കും.

ബെൽ (Bel) എന്നതാണ് ഉച്ചതയുടെ യൂണിറ്റ്. ഗ്രഹാം ബെൽ (Graham Bell) എന്ന ശാസ്ത്രജ്ഞനോടുള്ള ആദര സൂചകമായിട്ടാണ് ഈ യൂണിറ്റിന് ആ പേര് നല്കിയിട്ടുള്ളത്. സൗകര്യാർത്ഥം അതിന്റെ 10 ൽ ഒരു ഭാഗം വരുന്ന 'ഡെസിബെൽ' (Decibel) എന്ന ചെറിയ യൂണിറ്റും നിർവ്വചിക്കപ്പെട്ടിട്ടുണ്ട്.

ശ്രവണ സംവേദന ക്ഷമതയെ സംബന്ധിച്ചിടത്തോളം ശബ്ദത്തിന്റെ ഉച്ചത ഒരു പരിധിക്കുള്ളിലായിരിക്കണം. ഉച്ചതയ്ക്ക് ഒരു കൃത്യമായ നിർവ്വചനം നല്കാൻ കഴിയില്ല. വളരെ ഉച്ചത്തിലുള്ള ശബ്ദം, മിതമായ ഉച്ചത്തിലുള്ളത്. മൃദുവായ ശബ്ദം, അതിമൃദുവായത് എന്നൊക്കെയാണ് പറയാൻ കഴിയുക. വിമാനം പറന്നുപോകുമ്പോൾ കേൾക്കുന്ന ശബ്ദം അത്യുച്ചത്തിലുള്ളതാണ്. വളരെ അകലത്തല്ലാതെ നില്ക്കുന്ന സുഹൃത്തിനെ വിളിക്കുന്ന ശബ്ദം സാമാന്യം ഉച്ചത്തിലുള്ളതാണ്. സുഹൃത്തുക്കൾ തമ്മിൽ അടുത്തു നിന്ന് അടക്കത്തിൽ സംസാരിക്കുന്നത് മൃദു, അതിമൃദു ശബ്ദങ്ങൾക്കുദാഹരണമാണ്. ഇങ്ങനൊക്കെയാണ് ഉച്ചതയുടെ സാമാന്യമായ നിർവ്വചനം. ശബ്ദതീവ്രതയുടെ അടിസ്ഥാനത്തിലുള്ള കൃത്യമായ നിർവ്വചനം കൂടുതൽ സാങ്കേതികത്വമുൾക്കൊള്ളുന്നതാണ്. ഒരു ഡെസിബെൽ വർദ്ധനവ് 1.26 ഇരട്ടിയും, രണ്ടു ഡെസിബെൽ വർദ്ധനവ് $(1.26)^2$ ഇരട്ടിയും തീവ്രതാ വർദ്ധനവിനെ സൂചിപ്പിക്കുന്നു. അങ്ങനെ 10 ഡെസിബെൽ ഉച്ചത വർദ്ധനവ് 10 ഇരട്ടി തീവ്രതാ വർദ്ധനവിനെ പ്രതിനിധാനം ചെയ്യുന്നു. ശബ്ദതീവ്രതയിലെ ഏറ്റവും കുറഞ്ഞ വർദ്ധനവ് 26 ശതമാനമാണ്. സാങ്കേതികമായി ഇതാണ് ഒരു ഡെസിബെൽ വർദ്ധനവ്.

ശ്രവണേന്ദ്രിയത്തിന്റെ സമ്പൂർണ്ണ സംവേദനക്ഷമത 12 ബെൽ, അഥവാ 120 ഡെസിബെൽ ആണെന്ന് കണക്കാക്കിയിട്ടുണ്ട്. ഇത് ഉച്ചതയുടെ അളവ് അല്ലെന്നും തീവ്രതാ അനുപാതത്തെ സൂചിപ്പിക്കുന്ന സംഖ്യ ആണെന്നും ധരിക്കേണ്ടതാണ്. ഉച്ചത ശബ്ദ തീവ്രതയുമായി ബന്ധപ്പെട്ടിരിക്കുന്നുവെങ്കിലും. അത് എപ്പോഴും ശബ്ദ തീവ്രതയ്ക്ക് ആനുപാതികമായിരിക്കുകയില്ല. ശ്രാവ്യപരിധിക്കടുത്ത ആവൃത്തികളിൽ വ്യതിയാനം കൂടുതലായിരിക്കും. അതിനാൽ ഒരു ശബ്ദ തീവ്രതാ മീറ്റർ,

തീവ്രതാ അനുപാതങ്ങളെ ഡെസിബെൽ, ബെൽ യൂണിറ്റുകളിൽ കാണിക്കുമെങ്കിലും അത് ആവൃത്തി സ്കെയിലിലാകമാനം ഉച്ചതയുടെ അളവുകോൽ ആയിരിക്കുകയില്ല. ശ്രവണേന്ദ്രിയത്തെ സംബന്ധിച്ചിടത്തോളം ആവൃത്തി മാറുന്നതിനനുസരിച്ച് സ്വീകാര്യമായ തീവ്രതയും മാറുന്നതാണ്.

ഉച്ചത അളക്കുന്നത് ഫോൺ (Phon) എന്ന യൂണിറ്റിലാണ്. 1000 ഹെർട്സ് ആവൃത്തിയുള്ള ഒരു സ്വരം ആണ് താരതമ്യത്തിനുള്ള 'സ്റ്റാൻഡേർഡ്'. രണ്ടു കാതുകൾ കൊണ്ടും കേൾക്കണം. ഏതു ശബ്ദത്തിന്റെ ഉച്ചത ആണോ കണ്ടുപിടിക്കേണ്ടത് ആ ശബ്ദവും സ്റ്റാൻഡേർഡ് സ്വരവും ഇടവിട്ട് കേൾക്കണം. സ്റ്റാൻഡേർഡ് സ്വരം ക്രമപ്പെടുത്തി അളക്കേണ്ട ശബ്ദത്തിന്റെ ഉച്ചത ശബ്ദതയ്ക്കു തുല്യമാക്കണം. രണ്ടും തമ്മിലുള്ള താരതമ്യപഠനത്തിലൂടെ പരീക്ഷണവിധേയമായ ശബ്ദത്തിന്റെ ഉച്ചത കാണാം.

1.11 ഭയാനകമായ ശബ്ദങ്ങൾ

കേൾക്കുന്ന മാത്രയിൽ ഞെട്ടിവിറച്ചുപോകാനിടയാക്കുന്ന ഭയാനകമായ ശബ്ദവും നമുക്ക് സൃഷ്ടിക്കാൻ കഴിയും. ചില ഗുഹാക്ഷേത്രങ്ങളിൽ കൽ വിളക്കുകൾക്കു മുമ്പിൽ നിന്ന് പുരോഹിതന്മാർ ഇത്തരം ശബ്ദങ്ങൾ പുറപ്പെടുവിക്കാറുണ്ട്. അതിനായി അവർ ഒരു ജോടി കുഴലുകളാണ് ഉപയോഗിക്കുന്നത്. ഈശ്വരാരാധനയ്ക്കെത്തുന്നവരെ ഭയപ്പെടുത്താൻ ഉദ്ദേശിച്ചല്ല, മറിച്ച് പ്രാർത്ഥനയുടെ ഭാഗമായിട്ടാണ് ഇത്തരം ഭീതിദമായ ശബ്ദം സൃഷ്ടിക്കുന്നത്. ഈ കുഴലുകളുടെ അറ്റത്ത് ഉറപ്പിച്ചിരിക്കുന്ന വലപോലുള്ള കമാനങ്ങളിൽ തട്ടി പ്രതിദ്ധ്വനിച്ചാണ് മുഴങ്ങുന്ന സീൽക്കാര ശബ്ദം പുറപ്പെടുന്നത്. പുരോഹിതന്റെ പാട്ടിനനുസരിച്ച് ഈ ഭാഗം സ്പന്ദിക്കുകയും കർണ്ണകഠോരമായ 'ഘർഘർ' ശബ്ദം ഉണ്ടാകുകയും ചെയ്യുന്നു.

ആസ്ട്രേലിയയിൽ ഒരുതരം കൂട്ട പ്രാർത്ഥന നിലവിലുണ്ടായിരുന്നു. അവിടത്തെ ആദിവാസികളുടെ ഇടയിലെ പുരോഹിതന്മാർ ചുരിംഗ എന്ന ഉപകരണം ചുഴറ്റുമ്പോൾ ഉയരുന്ന അലൗകികമായ ശബ്ദവും മന്ത്രോച്ചാരണവും കേട്ട് അവിടെ കൂട്ടിയിട്ടുള്ളവർ ഭയ ഭക്തിബഹുമാനങ്ങളോടെ കണ്ണുകൾ പകുതി അടച്ചുകൊണ്ട് അയാളെ വണങ്ങും. ദൈവത്തിന്റെ പ്രതീകമാണത്രെ ചുരിംഗ. സാധാരണക്കാർ അതിനെ നേരെ നോക്കാൻ പാടില്ല. ഒരിക്കൽ സാഹസികനായ ഒരാൾ ചുരിംഗയുടെ നിഗൂഢത കണ്ടെത്താനായി അതൊന്നു പരിശോധിച്ചു. അയാൾക്കൊന്നും സംഭവിച്ചില്ല. നീണ്ട ഒരു കോലിന്റെ അറ്റത്ത് കെട്ടിയിട്ടിരിക്കുന്ന ചെറിയൊരു മൺഭരണി ആയിരുന്നു അത്. വടി ചുഴറ്റുമ്പോൾ ഉണ്ടാകുന്ന ശക്തമായ വായു പ്രവാഹമാണ് ആ ശബ്ദം ഉയരാൻ കാരണമെന്ന് മനസ്സിലായി.

ഇടിമുഴക്കത്തിന്റെ ശബ്ദം മിക്കപ്പോഴും ഭയാനകമാണ്. ഇടിയും മിന്നലും ചിലപ്പോൾ ജന്തുക്കളുടെയും മനുഷ്യരുടെ തന്നെയും ജീവ

ഹാനി ഉൾപ്പെടെ ആപൽക്കരമായ പ്രത്യാഘാതങ്ങൾ സൃഷ്ടിക്കാറുണ്ടല്ലോ.

1.12 സംഗീതാത്മകമായ ശബ്ദങ്ങൾ (Musical Sounds)

കേൾക്കാൻ ഇമ്പമുള്ള സ്വരങ്ങൾ കൂടിച്ചേരുമ്പോഴാണ് സംഗീതം ഉണ്ടാകുന്നത്. ക്രമബദ്ധമായ (regular) ആവൃത്തിയിലുള്ള ശബ്ദമാണ് സംഗീതാത്മക സ്വരം. സംഗീതസ്വരം കേൾക്കുന്നരിൽ ആഹ്ലാദകരമായ അനുഭൂതി ഉണർത്തുന്നു. അതേസമയം, ചില ആവൃത്തികളുടെ സംയോഗം അപസ്വരം (dissonance) സൃഷ്ടിക്കുന്നു. ഇത് ശ്രോതാക്കളിൽ വികാരക്ഷോഭമാണ് ഉണർത്തുക. ഇതിനെ ശബ്ദശല്യം (Noise) എന്ന് പറയാം.

1.13 സംഗീത സ്കെയിലുകൾ (Musical seals)

നിയതമായ ആവൃത്തി അനുപാതത്തിലുള്ള സ്വരങ്ങളുടെ സമ്മേളനം അഥവാ സംയോഗം സംഗീതസ്കെയിലുകളുടെ സൃഷ്ടിക്ക് അടിസ്ഥാനമാക്കി ഭവിച്ചു. ലോകത്തിന്റെ വിവിധ ഭാഗങ്ങളിൽ വ്യത്യസ്തമായ സ്കെയിലുകൾ നിലവിൽ വന്നു. യൂറോപ്യൻ സംഗീതം ഡയടോണിക് (Diatonic) സ്കെയിലിലധിഷ്ഠിതമാണ്. ഇതിൽ 8 അടിസ്ഥാന സ്വരങ്ങളുണ്ട്. അവയുടെ ആവൃത്തി 256 ഹെർട്സ് തുടങ്ങി 513 ഹെർട്സ് വരെയാണ്. 9/8, 10/9, 16/15, ... എന്നിങ്ങനെയാണ് അടുത്തടുത്തുള്ള ആവൃത്തികളുടെ അനുപാതം. ഇവയെ 'അന്തരാളങ്ങൾ' (intervals) എന്നു പറയുന്നു. ബന്ധപ്പെട്ട സ്വരങ്ങളെ മേജർ (major), മൈനർ (Minor) 'സെമി' (semi) ..... എന്നിങ്ങനെ നാമകരണം ചെയ്തിരിക്കുന്നു

ആവൃത്തി, അന്തരാളം, സ്വരനാമം

ആവൃത്തി	256	288	320	341	384	427	480	512
അന്തരാളങ്ങൾ	9/8	10/9	16/10	9/8	10/9	9/8	16/15	
സ്വരങ്ങൾ	മേജർ	മൈനർ	സെമി	മേജർ	മൈനർ	മേജർ	സെമി	

1.14 സംഗീത സ്വരത്തിന്റെ വിശേഷത അഥവാ ടിംബർ

ഏതെങ്കിലും ഒരു സംഗീതോപകരണം പുറപ്പെടുവിക്കുന്ന ഒരു പ്രത്യേക സ്വരം മറ്റൊരു സംഗീതോപകരണം പുറപ്പെടുവിക്കുന്ന അതേ സ്വരത്തിൽ നിന്നും വേർതിരിച്ചറിയാൻ കഴിയും. ഇതിനാധാരമായ പ്രത്യേകതയെ 'വിശേഷത' (Quality) എന്നു വിളിക്കാം. സംഗീതശാസ്ത്രത്തിൽ വിശേഷതയുടെ സാങ്കേതിക നാമം 'ടിംബർ' (Timbre) എന്നാണ്.

സംഗീതോപകരണങ്ങൾ പുറപ്പെടുവിക്കുന്ന സ്വരങ്ങൾ ശുദ്ധസ്വരങ്ങൾ ആയിരിക്കുകയില്ല. ശുദ്ധസ്വരം എന്നതുകൊണ്ട് ഒരുപ്രത്യേക

ആവൃത്തിയിലുള്ള സ്വരം എന്നാണർത്ഥമാക്കുന്നത്. സാധാരണയായി ഒരു സംഗീതസ്വരം അനേകം വ്യത്യസ്ത ആവൃത്തികൾ കൂടിച്ചേർന്നതായിരിക്കും. അവയിൽ മുഖ്യ ആവൃത്തി (Dominant frequency)യെ 'അടിസ്ഥാന സ്വരം' (fundamental note) എന്നു പറയുന്നു. മറ്റുള്ളവയെ അധിസ്വരങ്ങൾ (overtones) എന്നാണ് പറയുന്നത്. അധിസ്വരങ്ങൾ ആണ് ശബ്ദത്തിന്റെ വിശേഷത (quality) നിർണ്ണയിക്കുന്നത്.

1.15 സംഗീതശബ്ദത്തിന്റെ മാസ്മരിക പ്രഭാവം

സംഗീതം ഏവരെയും ആനന്ദഭരിതരാക്കുന്നു എന്ന സത്യം അനിഷേധ്യമാണ്, അത് ഏതുതരം സംഗീതമായാലും. വായ്പാട്ടോ, ഉപകരണസംഗീതമോ, പാശ്ചാത്യ സംഗീതമോ, കർണ്ണാടക സംഗീതമോ, ഹിന്ദുസ്ഥാനി സംഗീതമോ ഏതുമായിക്കൊള്ളട്ടെ. മാനസിക പിരിമുറുക്കത്തിന് അയവുണ്ടാക്കി സ്വസ്ഥതയും ശാന്തിയും പ്രദാനംചെയ്യുന്നു. ദുഃഖത്തിൽനിന്നും കരകയറ്റുന്നു. മാത്രമല്ല, രോഗശാന്തിക്കുള്ള ദിവ്യൗഷധം കൂടിയാണ് സംഗീതം. ഭാരതീയ ചികിത്സാ സമ്പ്രദായത്തിൽ സംഗീതത്തിന് പ്രമുഖമായ ഒരു സ്ഥാനം ഉണ്ടായിരുന്നു. ആധുനിക ചികിത്സാ പദ്ധതിയും ശാരീരികവും മാനസികവും ആയ ആരോഗ്യ പരിരക്ഷയിൽ സംഗീതത്തിന് ഒരു സ്ഥാനം കല്പിക്കുന്നുണ്ട്. രോഗിയുടെ ഉൽക്കണ്ഠ അകറ്റാനും മനോനില ഉയർത്താനും സംഗീതത്തിന് അപാരമായ കഴിവുണ്ട്. സംഗീത ചികിത്സയ്ക്ക് ലോകമെങ്ങും പ്രചാരമേറി വരുകയാണ്.

ജന്തുവർഗ്ഗങ്ങളിൽ സംഗീതത്തിനുള്ള സ്വാധീനം നമുക്കറിയാം. സംഗീതത്തിൽ ആകൃഷ്ടരായി പശുക്കൾ കൂടുതൽ പാൽ ചുരത്തുമെന്ന് കണ്ടിട്ടുണ്ട്. ശ്രീകൃഷ്ണന്റെ ഓടക്കുഴൽ നാദത്തിൽ ലയിച്ച് എല്ലാം മറന്ന് ഭക്ഷണം പോലും ഉപേക്ഷിച്ച്, ചെവി വട്ടംപിടിച്ച് നില്ക്കുന്ന ഗോക്കളുടെ കഥ പുരാണ പ്രസിദ്ധമാണല്ലോ. വേഗത്തിൽ വളരാനും മെച്ചപ്പെട്ട വിളവിനും ചെടികൾക്ക് സംഗീതം പ്രേരകമാകുമെന്ന് പരീക്ഷണ നിരീക്ഷണങ്ങളിലൂടെ തെളിയിക്കപ്പെട്ട വസ്തുതയാണ്. ശാരീരികവും മാനസികവും ആദ്ധ്യാത്മികവുമായ തലങ്ങളിൽ മനുഷ്യനിൽ ശക്തമായ സ്വാധീനം ചെലുത്താൻ മന്ത്രോച്ചാരണങ്ങൾക്കു കഴിവുള്ളതായും ബോദ്ധ്യപ്പെട്ടിട്ടുണ്ട്.

ഇതൊക്കെയാണ് സംഗീത ശബ്ദത്തിന്റെ മാസ്മരിക പ്രഭാവങ്ങൾ.

സംഗീതത്തെ ഒഴിവാക്കിക്കൊണ്ടുള്ള ഒരു ജീവിതത്തെപ്പറ്റി ചിന്തിക്കാൻ കഴിയുമോ? കായികവും വൈകാരികവുമായ ക്ലേശഭൂയിഷ്ഠമായ ജീവിതം സമ്മാനിക്കുന്ന വിരസതയുടെ പശ്ചാത്തലത്തിൽ സംഗീതം നല്കുന്ന ശാന്തിയുടെ അനുഭൂതിയിൽ ലയിച്ച് കുറച്ചു സമയമെങ്കിലും കഴിയാൻ ആഗ്രഹിക്കാത്തവർ ആരെങ്കിലും ഉണ്ടാകുമോ. അതുപോലെ

തന്നെ ഏതു ദുഷ്ടമൃഗത്തെയും ശാന്തമാക്കാനും മെരുക്കാനും സംഗീതം പര്യാപ്തമാണ്.

ഈ സാഹചര്യത്തിൽ സംഗീത കാസെറ്റുകളുടെ പ്രാധാന്യം മനസ്സിലാക്കാവുന്നതാണ്. ഉപയോഗിക്കാനുള്ള സൗകര്യമാണ് അതിന്റെ ഏറ്റവും വലിയ മേന്മ. നമുക്ക് ആവശ്യമുള്ളപ്പോൾ ഇഷ്ടപ്പെട്ട സംഗീതം കേൾക്കാനും ആസ്വദിക്കാനും കാസെറ്റുകൾ സഹായിക്കുന്നു. അതും നിസ്സാരമായ ചെലവിൽ.

2

സംഗീതത്തിന്റെ ഭൗതികം

2.1 എന്താണ് സംഗീതം

മനുഷ്യവർഗ്ഗത്തോളം തന്നെ പഴക്കം അവകാശപ്പെടാവുന്ന ഒരു കലാരൂപമാണ് സംഗീതം. ഒരു സംഗീതോപാസകനെ സംബന്ധിച്ചിടത്തോളം പ്രപഞ്ചത്തിൽ എവിടെയും സംഗീതമുണ്ട്. ആനന്ദാനുഭൂതിയുടെ നിലയ്ക്കാത്ത ഉറവയാണ് സംഗീതം. സംഗീതത്തിന്റെ വ്യാപകമായ സ്വാധീനത്തിന്റെ കാരണവും അതാണ്. പക്ഷിമൃഗാദികളും എന്തിന് വൃക്ഷലതാദികൾ പോലും സംഗീതത്താൽ ആകൃഷ്ടരാണല്ലോ.

കേൾക്കാൻ ഇമ്പമുള്ള എല്ലാ ശബ്ദങ്ങളും സംഗീതാത്മകമാണെന്നു പറയാം. ഉദാഹരണത്തിന് പക്ഷികളുടെ കളകൂജനം, വിശിഷ്യ കുയിലിന്റെ ഗാനാത്മകമായ നാദം. എന്താണ് സംഗീതമെന്ന് കൂടുതൽ വിശദീകരിക്കേണ്ടതില്ലല്ലോ.

2.2 സംഗീതത്തിന്റെ സ്വരൂപം

തന്റെ കുഞ്ഞിനെ ഉറക്കാൻ അമ്മ പാടുന്ന താരാട്ടു പാട്ട് തുടങ്ങി വിപുലമായ പശ്ചാത്തല സന്നാഹങ്ങളോടു കൂടി സംഗീതവിദ്വാൻ അവതരിപ്പിക്കുന്ന പാട്ടുകച്ചേരിയും ഗാനമേളയും വരെ സ്വരൂപവൈവിദ്ധ്യമാർന്നതാണ് സംഗീതം. സംഗീതാവിഷ്കാരത്തെപ്പറ്റി ചിന്തിക്കുമ്പോൾ ശ്രദ്ധയിൽ വരുന്നത് അതിന്റെ മൂന്ന് അവശ്യഘടകങ്ങൾ ആണ്.

1. പദയോഗം (Lyrics)
2. താളം (Rhythm)
3. സ്വരമാധുര്യം (Melody)

2.2 (1) പദയോഗം

രചയിതാവിന്റെ കാവ്യ ഭാവനയുടെ നിദർശനമായി ഇതിനെ കാണാവുന്നതാണ്. മറ്റു രണ്ടു ഘടകങ്ങളും പദയോഗത്തെ ആശ്രയിച്ച് നന്നാവുകയോ, മോശമാകുകയോ ചെയ്യാം. രചനയുടെ കാവ്യഗുണം പദയോഗത്തിൽ സ്വാഭാവികമായും പ്രതിഫലിക്കുമല്ലോ. കോമള പദങ്ങൾ കോർത്തിണക്കിയുള്ള രചനാശൈലി തികച്ചും അഭികാമ്യമാണെന്ന കാര്യത്തിൽ സംശയമില്ല. ഇരയിമ്മൻ തമ്പിയുടെ പ്രസിദ്ധമായ താരാട്ടു പാട്ട് ഉത്തമമമായ ഉദാഹരണമാണ്.

ഓമനത്തിങ്കൾകിടാവോ, നല്ല
കോമളത്താമരപ്പൂവോ
പൂവിൽ നിറഞ്ഞ മധുവോ നല്ല
പൂന്തിങ്കൾ തന്റെ നിലാവോ!

2.2(2) താളം (Rhythm)

സംഗീതത്തിന്റെ സ്വരൂപം പ്രതിഫലിപ്പിക്കുന്ന വിശേഷതകളിൽ പരമ പ്രധാനമായ ഒന്നാണ് താളം. എന്നാൽ താളാത്മകമായ ശബ്ദങ്ങൾ എല്ലാം സംഗീതാത്മകമാകണമെന്നില്ല. ഉദാഹരണത്തിന്, ഓടുന്ന തീവണ്ടിയുടെ ചക്രങ്ങൾ ഉരുളുമ്പോൾ പുറപ്പെടുന്ന ശബ്ദം താളാത്മകമാണെങ്കിലും അത് സംഗീതാത്മകമാണെന്ന് പറയാൻ കഴിയുമോ? ഒരർത്ഥത്തിൽ അതും സംഗീതാത്മകമാണെന്നു പറയുന്നതിൽ തെറ്റില്ലെന്നു വാദിച്ചേക്കാം. എന്നാൽ സംഗീതോപകരണങ്ങളുടെ വാദനം ജനിപ്പിക്കുന്ന താളാത്മകമായ നാദം സംഗീതാത്മകമാണല്ലോ. നാടൻ പാട്ടുകളിലെയും ശുദ്ധസംഗീതത്തിലെയും താളങ്ങൾ തമ്മിൽ സാങ്കേതികമായി എന്തെങ്കിലും വ്യത്യാസമുണ്ടോ എന്നു പറയാൻ വിഷമമാണ്. കാലം പുരോഗമിക്കുമ്പോൾ ആഴ്ചകളും മാസങ്ങളും ഋതുക്കളും ആവർത്തിച്ചു പ്രത്യക്ഷപ്പെടുന്നതിൽ ഒരു താളക്രമം ദർശിക്കാൻ കഴിയും. സംഗീത ശാസ്ത്രത്തിൽ 'കാല'ത്തിന്റെ സങ്കല്പ താളവുമായി ബന്ധപ്പെട്ടതാണ്. കാലത്തിന്റെ യൂണിറ്റിനെ കർണ്ണാടക സംഗീതത്തിൽ 'അക്ഷരം' എന്നും ഹിന്ദുസ്ഥാനി സംഗീതത്തിൽ 'മാത്ര'എന്നും പറയുന്നു.

താളം കാലത്തെ സമാശ്രയിച്ചുള്ള ഘടകമായതിനാൽ അത് 'അക്ഷരത്തെയും 'മാത്ര'യെയും ആശ്രയിച്ചിരിക്കുന്നു.

താളവും ലയവും പരസ്പരം ബന്ധപ്പെട്ടവയാണ്. ലയം എന്നതുകൊണ്ട് 'കാല'ത്തെയാണ് സൂചിപ്പിക്കുന്നത്. 'ടെമ്പോ' അഥവാ 'വേഗത'യാണ് ഇതിനാധാരം. ലയത്തിന് മൂന്നു തലങ്ങൾ ഉണ്ട്. വിളംബം, മാധ്യമം, ദ്രുതം എന്നിങ്ങനെ. ഇവയിൽ ആദ്യത്തേത് സാവകാശത്തിലും രണ്ടാമത്തേത് മിതമായ വേഗത്തിലും മൂന്നാമത്തേത് അതിവേഗത്തിലും ആണ് പുരോഗമിക്കുന്നത്. വളരെ സാവകാശത്തിൽ പുരോഗമിക്കുന്നതായ 'അതിവിളംബം' എന്നൊരു വിഭാഗം ഉണ്ട്. ഇതിന് നേർവിപരീത

മെന്നു വിശേഷിപ്പിക്കാവുന്നതാണ് 'അതിദ്രുതം'. ഇവ 'മാത്ര'യുടെ അളവുകളെ സൂചിപ്പിക്കുന്നു. വിളംബലയത്തിൽ മാത്ര താരതമ്യേന കൂടുതലാണ്. 'ദ്രുത'ത്തിൽ വളരെ കുറവും. ഇവ അളക്കുന്നതിന് പ്രത്യേക മാർഗ്ഗങ്ങളൊന്നും ഇല്ല. കലാകാരൻ സ്വയം നിയന്ത്രിച്ച് അനുഷ്ഠിക്കുകയാണ് വേണ്ടത്. കഴിഞ്ഞ തലമുറകളിൽനിന്നും ഇതിനകം മാറ്റങ്ങൾ സംഭവിച്ചിട്ടുണ്ട്. ഉദാഹരണത്തിന് ഏതാനും ദശകങ്ങൾക്കു മുമ്പ് വിളംബലയത്തിനനുസരണമായി രചിച്ചിട്ടുള്ള കർണ്ണാടകസംഗീത കൃതികൾ ഇപ്പോൾ വേഗത കൂട്ടി ആലപിക്കാറുണ്ട്. ഇത് അസ്വാഭാവികമായി കരുതപ്പെടുന്നില്ല എന്ന കാര്യവും ശ്രദ്ധേയമാണ്. ലയത്തെ സംബന്ധിച്ച് ഹിന്ദുസ്ഥാനി, കർണ്ണാടക സമ്പ്രദായങ്ങൾ തമ്മിൽ ചില വ്യത്യാസങ്ങൾ നിലവിലുണ്ട്. ഹിന്ദുസ്ഥാനിയിൽ ഗായകൻ സാധാരണയായി വിളംബത്തിൽ ആരംഭിച്ച് ദ്രുതത്തിലേക്ക് സംക്രമിക്കുകയാണ് ചെയ്യുന്നത്. ഇവിടെ വ്യക്തമായ നിയമം ഒന്നും പാലിക്കാറില്ല. പലപ്പോഴും രണ്ടു വ്യത്യസ്ത കൃതികളായിരിക്കും ആലാപനത്തിനായി തെരഞ്ഞെടുക്കുന്നത്.

'കാല'ത്തിന്റെ ഏറ്റവും ചെറിയ യൂണിറ്റിനെ 'ക്ഷണം' എന്നു പറയുന്നു. ഇതിന് വിചിത്രമായ ഒരു നിർവ്വചനം ഉണ്ട്; "100 താമര ഇലകൾ അടുക്കിവച്ചിട്ട് ഒരു സൂചി അവയിലൂടെ തുളച്ചു കടത്താൻ വേണ്ടതായ സമയം." സംഗീത ശാസ്ത്രത്തിലെ 'അക്ഷരം' 16,384 ക്ഷണങ്ങൾ ചേർന്നതാണ്.

ഇപ്പോൾ ഏറെ പ്രചാരമുള്ള താളങ്ങൾ ഇവയാണ്....

1. ആദിതാളം, 2. ചാപ്പുതാളം, 3. രൂപക താളം, 4. മിശ്രചാപ്പുതാളം 5. ഖണ്ഡചാപ്പുതാളം.

ഡ്രം അടിയുടെ കലയും സാങ്കേതികത്വവും താളവുമായി അഭേദ്യമായി ബന്ധപ്പെട്ടിരിക്കുന്നു. മൃദംഗത്തിൽനിന്നും തബലയിൽനിന്നും പുറപ്പെടുന്ന ശബ്ദങ്ങൾക്ക് സവിശേഷമായ പേരുണ്ട്. തബലയുടെ വക്കിൽ വിരലുകൊണ്ട് തട്ടിയാൽ 'ണ' 'ത' ശബ്ദങ്ങൾ കേൾക്കാം. മൃദംഗത്തിലാകട്ടെ "താം" എന്നാണ് 'ശൊല്ല്'. ഗീതത്തിലും വാദ്യത്തിലും നൃത്തത്തിലും താളം അന്തർലീനമായിട്ടുണ്ട്. വാദ്യമേളങ്ങളിൽ അത് വളരെ പ്രകടമാണ്. തെയ്യാട്ടത്തിലെ തോറ്റം പാട്ട് താളനിബദ്ധമാണ്. ആദിതാളം രൂപകതാളം ത്രിപുടതാളം എന്നിവയാണ് തെയ്യാട്ടത്തിന്റെ മേളങ്ങളിൽ പ്രസക്തമായിട്ടുള്ളത്. മേളം സമർത്ഥമായി പ്രയോഗിക്കാൻ കഴിയണമെങ്കിൽ ശരിയായ താളജ്ഞാനം ആവശ്യമാണ്.

നൃത്തത്തിനും ഗീതത്തിനും പരമപ്രധാനമായ സ്ഥാനമാണ് നാട്യശാസ്ത്രത്തിൽ കല്പിച്ചിട്ടുള്ളത്. നൃത്തം താള-ലയ പ്രധാനമായ കലാരൂപമാണ്. തായമ്പകയിലൂടെ താളലയ വിന്യാസവും പഞ്ചവാദ്യം, പാണ്ടിമേളം, പഞ്ചാരിമേളം എന്നിവയിലൂടെ താളവാദ്യവൃന്ദവും രൂപം കൊണ്ടതായിട്ടാണ് സംഗീത ചരിത്രകാരന്മാരുടെ അഭിപ്രായം.

2.2. സ്വരമാധുര്യം (Melody)

സംഗീതത്തിന്റെ ഏറ്റവും വശ്യതയാർന്ന ഘടകം സ്വരമാധുര്യമാണെന്ന് നിസ്സംശയം പറയാം. ഗായകരെ സംബന്ധിച്ചിടത്തോളം സ്വരമാധുര്യം നൈസർഗ്ഗികമാണ്, അഥവാ ഈശ്വരദത്തമാണ്. പാടാനുള്ള കഴിവും നൈസർഗ്ഗികമായി ലഭിക്കുന്നതാണല്ലോ. മിക്ക ആളുകളുടെയും സ്വരം പൊതുവെ പരുക്കനാണ്, അതിനാൽ അനാകർഷകവും. മൃഗങ്ങളുടെ ശബ്ദം എത്ര അനാകർഷകമാണെന്ന് പറയേണ്ടതില്ല. ഉദാഹരണമായി കുറുക്കന്റെ ഓരിയിടൽ, നായ കുരയ്ക്കുന്ന ശബ്ദം, പശു അമറുന്നത് തുടങ്ങിയവ. പക്ഷികളുടെ കൂട്ടത്തിൽ കാക്കയുടെയും പുള്ളിന്റെയും താറാവിന്റെയും മറ്റും ശബ്ദം, അനാകർഷകമാണെങ്കിലും കുയിലിന്റെ നാദം മധുരതരവും തന്മൂലം ആകർഷകവും ആണല്ലോ. ഉപ്പന്റെ ശബ്ദം ശുഭസൂചന നല്കുന്ന മംഗളശബ്ദം ആണ്. വശ്യമായ സ്ത്രീശബ്ദത്തെ ഭാവനാശാലികളായ കവികൾ കുയിൽ നാദത്തോടാണ് ഉപമിക്കാറുള്ളത്. കാക്കക്കറുമ്പിയായ കുയിലിന്റെ ശ്രവണ മധുരമായ നാദത്തിൽനിന്നും തികച്ചും വ്യത്യസ്തമാണ് നയനാഭിരാമമായി പീലി വിടർത്തി ആടുന്ന മയിലിന്റെ കർണ്ണകഠോരമായ ശബ്ദം. അതുപോലെ തന്നെ നല്ല രൂപ ലാവണ്യമുള്ള ചില സ്ത്രീകളുടെ ശബ്ദം അത്യന്തം അനാകർഷകമായി കണ്ടിട്ടുണ്ട്. സാമാന്യമായി പറഞ്ഞാൽ സ്ത്രീശബ്ദം പുരുഷ ശബ്ദത്തേക്കാൾ ആകർഷകമാണെന്നു പറയാം. ഈ പ്രസ്താവത്തോട് യോജിക്കാത്തവരുണ്ടാകാം. അതിനാൽ ഈ വിഷയം വസ്തുനിഷ്ഠം എന്നതിനേക്കാൾ വ്യക്തിനിഷ്ഠമാണെന്നു പറയുന്നതാവും ശരി.

മിക്ക സംഗീതോപകരണങ്ങളും അവ പുറപ്പെടുവിക്കുന്ന ശബ്ദം ശ്രവണമധുരമായിരിക്കാൻ വേണ്ടിയാണ് നിർമ്മിച്ചിട്ടുള്ളത്. അവ യഥാവിധി ഉപയോഗിക്കാൻ ശരിയായ പരിശീലനം ആവശ്യമാണെന്നു മാത്രം. നല്ല പരിശീലനം സിദ്ധിച്ചവർക്ക് ശ്രോതാക്കളെ ആനന്ദസാഗരത്തിൽ ആറാടിക്കാൻ കഴിയുമെന്ന് പറയേണ്ടതില്ലല്ലോ.

2.3 റെക്കോർഡ് ചെയ്ത സംഗീതം

സംഗീതത്തിന്റെ മാസ്മരിക പ്രഭാവത്തെപ്പറ്റി ഒരു മഹാൻ പറയുന്നതിതാണ്. സംഗീതത്തിന് ഒരു ദുഷ്ടമൃഗത്തിന്റെ ശൗര്യം ശമിപ്പിക്കാൻ കഴിയും, കരിംപാറയെ ദ്രവീഭൂതമാക്കാനും ഓക്ക് മരത്തിന്റെ വളവുകൾ മാറ്റി ഋജുവാക്കാനും കഴിയും.

ബഹുഭൂരിപക്ഷം ആളുകൾക്കും സംഗീതം വളരെയേറെ ഇഷ്ടമാണ്. ചിലർക്കാകട്ടെ മറ്റെന്തിനേക്കാളും മഹത്വമേറിയതും. റെക്കോർഡ് ചെയ്ത സംഗീതം പഴയകാലത്തെ ശ്രേഷ്ഠകലാകാരന്മാരെ ശ്രവിക്കാനുള്ള അവസരം പ്രദാനം ചെയ്യുന്നു. ഒരുപക്ഷേ, നമ്മൾ ജനിക്കുന്നതിനു വളരെ മുമ്പുതന്നെ മൺമറഞ്ഞവരായിരിക്കാം അവർ. കാസെറ്റുകൾക്കു പിന്നിൽ ആരെല്ലാം പ്രവർത്തിച്ചിരുന്നു എന്ന് ഓർക്കേണ്ടതാണ്, കലാകാരന്മാർ,

റെക്കോർഡ് ചെയ്യാൻ സൗകര്യമുള്ള സ്റ്റുഡിയോയിലെ പ്രവർത്തകർ, സംവിധായകർ, പ്രൊഡ്യൂസർമാർ എന്നിങ്ങനെ നിരവധി ആളുകൾ. ഒരു സംഗീതക്കച്ചേരി സംഘടിപ്പിക്കുന്നതിന്റെ ചെലവുമായി താരതമ്യം ചെയ്താൽ ഒരു കാസെറ്റിന്റെ വില എത്രയോ നിസ്സാരമാണ്. കലാകാരന്മാർ, ഓർക്കെസ്ട്ര, മൈക്ക്സെറ്റ്, സ്റ്റേജ് അവിടത്തെ സംവിധാനങ്ങൾ ആഡിറ്റോറിയം, ശ്രോതാക്കൾ എന്നിങ്ങനെ നിരവധി ഘടകങ്ങൾ ചേർന്നതാണ് ഒരു സംഗീതക്കച്ചേരിയുടെ സജ്ജീകരണങ്ങൾ.

2.4 സംഗീതവ്യവസായം

ടേപ്പു റെക്കാർഡറുകളെ അപേക്ഷിച്ച് ഉപയോഗിക്കാനുള്ള മെച്ചപ്പെട്ട സൗകര്യം കാരണം കാസെറ്റുകൾ വ്യാപകമായി പ്രചാരത്തിലായിട്ടുണ്ട്. ടേപ്പുകളെപ്പോലെ ഇടക്കിടെ സ്ലിപ്പുചെയ്യാനുള്ള സാദ്ധ്യത കാസെറ്റുകളെ സംബന്ധിച്ച് ഇല്ലല്ലോ. കാസെറ്റുകളുടെ വമ്പിച്ച വിപണി സാദ്ധ്യത പുതിയൊരു വ്യവസായ മേഖലയ്ക്കുതന്നെ വഴി ഒരുക്കി എന്നു പറയാം. ഈ വിപണിയുടെ വാർഷിക വിറ്റുവരവ് ആയിരം കോടിയിലധികം വരുമത്രെ. ഇതിന്റെ ഏറിയഭാഗവും ദണിണേന്ത്യയിലെ സ്റ്റുഡിയോകൾക്കാണ് ലഭിക്കുന്നതെന്നു പറയപ്പെടുന്നു. പ്രതിഭകളെ വാർത്തെടുക്കുന്നതിനോ പ്രോത്സാഹിപ്പിക്കുന്നതിനോ കാര്യമായിട്ടൊന്നും ചെലവഴിക്കുന്നില്ലെന്ന ആക്ഷേപവുമുണ്ട്.

നൂറുകണക്കിന് നിക്ഷേപകർ ഈ രംഗത്തേക്ക് തള്ളിക്കയറുന്നുണ്ടെന്നും, പക്ഷേ, ഒന്നോ രണ്ടോ വർഷങ്ങൾക്കു ശേഷം പിൻവാങ്ങുന്നുവെന്നും ആണ് വിപണി നിരീക്ഷകരുടെ അഭിപ്രായം. ദക്ഷിണേന്ത്യയിലെ മുഖ്യ നിക്ഷേപകർ പറയുന്നത്, ലാഭം നേടാൻ വേണ്ടിയാണ് തങ്ങൾ പണം മുടക്കുന്നത് എന്നാണ്.

കൽക്കട്ട ആസ്ഥാനമാക്കി പ്രവർത്തിക്കുന്ന GCT എന്ന കമ്പനിക്ക് 1981 വരെ ഈ രംഗത്ത് ഏതാണ്ട് കുത്തക തന്നെ ഉണ്ടായിരുന്നു. അതുപോലെ 1932 മുതൽ ദക്ഷിണേന്ത്യയിൽ AVM സ്റ്റുഡിയോയ്ക്കും. എന്നാൽ 1981 നുശേഷം നൂറുകണക്കിനു കമ്പനികൾ ഈ രംഗത്തേക്ക് തള്ളിക്കയറുകയും ഒന്നോ രണ്ടോ വർഷങ്ങൾക്കുശേഷം അതുപോലെ വിട്ടുപോകുകയും ചെയ്തു.

ഇന്നും അനേകം സംരംഭകർ വരുന്നതും മാസങ്ങൾക്കുശേഷം മടങ്ങിപ്പോകുന്നതുമായ കാഴ്ചയാണ് കാണുന്നത്. 'മാഗ്നാ സൗണ്ട്' (Magna Sound) ഒരു പബ്ലിക് ലിമിറ്റഡ് കമ്പനിയാണ്. ഈ സ്ഥാപനത്തിന്റെ ചുമതലക്കാരനായ മാധവദാസ് പറയുന്നു;

> ഞങ്ങൾക്ക് കലാകാരന്മാർ കുറച്ചുകാലത്തേക്കെങ്കിലും ഞങ്ങളോടൊപ്പം ഉണ്ടായിരിക്കണമെന്നുണ്ട്. പബ്ലിസിറ്റിയാണ് ഞങ്ങളുടെ കരുത്ത്. പബ്ലിസിറ്റിക്ക് പണം ആവശ്യമാണുതാനും. പ്രശസ്തരായ കലാകാരന്മാരുടെ സാന്നിദ്ധ്യം അതിനു സഹായകമാണ്.

ഫ്യൂഷൻ സംഗീതം (Fusion music) ആയിരുന്നു വൻവിജയം കൈവരിച്ച ഒരു പരിപാടി- പൗരസ്ത്യ കലാകാരന്മാരും പാശ്ചാത്യ കലാകാരന്മാരും ഒരേ സ്റ്റേജിൽ വരുന്ന പരിപാടിയാണിത്.

കാസെറ്റുകളുടെ വില്പന തുടരുന്നിടത്തോളം കലാകാരന്മാർക്കോ അവരുടെ അവകാശികൾക്കോ റോയൽറ്റി കിട്ടിക്കൊണ്ടിരിക്കും.

ഒരു റെക്കോർഡിങ് പരിപാടി നന്നായി വിജയിക്കണമെങ്കിൽ ബന്ധപ്പെട്ട കലാകാരൻ പരക്കെ അറിയപ്പെടുന്ന ആളായിരിക്കണം. മറിച്ച് കലാകാരൻ പൊതുജനമദ്ധ്യത്തിൽ അറിയപ്പെടണമെങ്കിൽ പരിപാടികളിൽ ധാരാളമായി പങ്കെടുക്കുകയും വേണം. 'കോഴിയോ മുട്ടയോ ആദ്യമുണ്ടായത്'. എന്നതുപോലൊരു സമസ്യയാണ് റെക്കോർഡിങ് സംഘാടകർ ഇവിടെ അഭിമുഖീകരിക്കുന്നത്.

റെക്കോർഡിങ് ജനപിന്തുണ വർദ്ധിക്കാനിടയാക്കുമെന്നുള്ളതുകൊണ്ട് കലാകാരൻതന്നെ അതിനായി പണം മുടക്കുന്നതിൽ തെറ്റില്ല എന്ന അഭിപ്രായവും നിലാവിലുണ്ട്. ഇതിനു സന്നദ്ധരാകാത്ത എത്രയോ ശ്രേഷ്ഠരായ കലാകാരന്മാരും ഗുരുക്കന്മാരും ഉണ്ട്. മല്ലികാർജ്ജുനമൻസൂറിന്റെ കഥ ഉദാഹരണമായി ചൂണ്ടിക്കാട്ടാറുണ്ട്. ഇദ്ദേഹത്തിന്റെ പ്രഥമ റെക്കോർഡിങ് നടന്നത് 47-ാം വയസ്സിലാണത്രെ.

ഒരു ക്ലാസിക്കൽ സംഗീത വിദ്വാൻ പറഞ്ഞത് സംഗീതവ്യവസായം വൻ ചൂഷണത്തിന്റെ മേഖലയാണെന്നാണ്. റോയൽറ്റി കൃത്യമായി ലഭിക്കാറില്ലെന്നതിന്റെ അടിസ്ഥാനത്തിലായിരിക്കണം ഈ അഭിപ്രായം പറഞ്ഞത്. സിനിമാ സംഗീത(ഗാന) വ്യവസായം അവിശ്വസനീയമാംവിധം ആദായകരമായ പരിപാടിയാണ്. ചിലപ്പോൾ സിനിമാ നിർമ്മാതാവ് ഗാനങ്ങളുടെ വിപണനാവകാശം ഒരു കോടിയിൽപ്പരം രൂപയ്ക്കായിരിക്കും. വില്ക്കുക. കണക്കിൽപ്പെടാത്ത പണമായിരിക്കും ഇത് എന്നു പറയപ്പെടുന്നു.

വ്യാജ കാസെറ്റുകൾ നിർമ്മിക്കുന്നവർ അതിസമർത്ഥമായിട്ടായിരിക്കും അതു ചെയ്യുന്നത്. വിദഗ്ദ്ധന്മാർക്കു പോലും ഒറിജിനലിൽ നിന്നും അതു വേർതിരിച്ചറിയാൻ കഴിയുകയില്ല. അംഗീകൃത വില്പനശാലയിൽ നിന്നോ കമ്പനിയിൽ നിന്ന് നേരിട്ടോ മാത്രമേ ശരിയായ റെക്കോർഡഡ് കാസെറ്റുകൾ ലഭിക്കുകയുള്ളൂ.

വ്യാജ കാസെറ്റുകളിൽ നിന്ന് ഗായകന് അർഹതപ്പെട്ട റോയൽറ്റിയോ, ഗവൺമെന്റിന് കിട്ടേണ്ട റവന്യൂ വരുമാനമോ ലഭിക്കുന്നില്ല. ഉപഭോക്താവിനു കിട്ടുന്നതാകട്ടെ ഗുണനിലവാരം കുറഞ്ഞ ഉല്പന്നവും.

2.5 സംഗീതവും ഭൗതികവിജ്ഞാനവും

2.5(1) തന്ത്രികളുടെ കമ്പനം-സോണോമീറ്റർ

ഒരു നേർത്ത കമ്പിയെ തിരശ്ചീനമായി (Horizontally) ഉറപ്പിച്ച്

അതിനെ കമ്പനം ചെയ്യിക്കാനുള്ള ഉപകരണ സംവിധാനമാണ് സോണോ മീറ്റർ (Sonometer). കമ്പനത്തിന്റെ ആവൃത്തിയും കമ്പനം ചെയ്യുന്ന തന്ത്രിഭാഗത്തിന്റെ നീളവും യഥാക്രമം F, L ആണെന്നിരിക്കട്ടെ. ഇവ തമ്മിലുള്ള ബന്ധം വിപരീത അനുപാതക്രമത്തിലായതിനാൽ $f \alpha 1/L$ എന്നെഴുതാം. ഇതനുസരിച്ച്. നീളം കൂടിയിരുന്നാൽ കമ്പനത്തിന്റെ ആവൃത്തി (frequency of vibration) കുറവായിരിക്കും. ടെൻഷൻ (T) സ്ഥിരമായി വർത്തിക്കുന്ന സാഹചര്യത്തിലാണ് ഈ നിയമം ബാധക മായിരിക്കുന്നത് എന്നൊരു വ്യവസ്ഥ കൂടി ഉണ്ട്.

സംഗീതോപകരണങ്ങളിലെ ഒരു മുഖ്യ ഇനമാണ് തന്ത്രിവാദ്യങ്ങൾ. തംബുരു, വീണ, വയലിൻ, ഗിത്താർ, സിത്താർ തുടങ്ങിയ ഏതാനും തന്ത്രിവാദ്യങ്ങളെപ്പറ്റി അടുത്ത അദ്ധ്യായങ്ങളിൽ പ്രതിപാദിക്കുന്നതാ ണ്.

2.5(2) ചർമ്മങ്ങളുടെ കമ്പനം

ഭൗതികശാസ്ത്രനിയമങ്ങൾ ബാധകമായ മറ്റൊരു വിഷയമാണ് ചർമ്മങ്ങളുടെ കമ്പനം (Vibrations of Membranes). ചത്തമൃഗങ്ങളുടെ തോൽ ഉണക്കി സംസ്കരിച്ചെടുത്താണ് ഗോട്ടുവാദ്യങ്ങൾ (percussion instruments) ഉണ്ടാക്കാൻ ഉപയോഗിക്കുന്നത്. എല്ലാ വശങ്ങളിലേക്കും വലിച്ച് മുറുക്കി കെട്ടിയാൽ പ്രതലം കമ്പനത്തിനു സജ്ജമാകും. അതി ന്മേൽ കോലുകൊണ്ടടിച്ച്, കമ്പനം സൃഷ്ടിക്കുകയും നാദം പുറപ്പെടുവി ക്കുകയും ചെയ്യാം. ഇതിന്റെ വിശദമായ വിവരണം ഗണിത പ്രധാനമാ യതിനാൽ ഇവിടെ ഒഴിവാക്കുന്നു. ചർമ്മങ്ങളുടെ കമ്പനത്തെ അടിസ്ഥാ മാക്കി നിർമ്മിച്ചിട്ടുള്ള ചെണ്ട, മദ്ദളം, മൃദംഗം, തബല തുടങ്ങിയ ഗോട്ടു വാദ്യങ്ങൾ അടുത്ത അദ്ധ്യായത്തിൽ പ്രതിപാദന വിഷയമാകുന്നതാണ്.

2.5(3) കുഴലിൽ നിറച്ച വാതകത്തിന്റെ കമ്പനം

ഒരറ്റം അടച്ചതും മറ്റേ അറ്റം തുറന്നതുമായ, 10 സെന്റീമീറ്ററോളം വ്യാസമുള്ള ഒരു ലോഹക്കുഴൽ കുത്തനെ നിർത്തുക. തുറന്ന അറ്റം മുകളിൽ വരത്തക്കവണ്ണം നിർത്തിയിരിക്കുന്ന കുഴലിൽ പകുതി ഭാഗ ത്തോളം വെള്ളം നിറയ്ക്കുക. ഒരു ട്യൂണിങ് ഫോർക്ക് കമ്പനം ചെയ്യിച്ച് കുഴലിന്റെ തുറന്ന ഭാഗത്ത് തിരശ്ചീനമായി പിടിക്കുക. ഇപ്പോൾ കുഴ ലിലെ വായുനാളം കീഴ്മേൽ കമ്പനം ചെയ്യുന്നതായിരിക്കും. കുഴലിലെ വായു നാളത്തിന്റെ നീളം L വ്യത്യാസപ്പെടുത്തി പരീക്ഷണം ആവർത്തി ക്കാൻ തക്കതായ സംവിധാനം സജ്ജീകരിക്കാവുന്നതാണ്. അതിനായി ഈ കുഴലിനകത്ത് അല്പം വ്യാസം കുറഞ്ഞതും രണ്ടറ്റവും തുറന്നതും ആയ മറ്റൊരു കുഴൽ മുകളിലേക്കും താഴേക്കും നീക്കത്തക്കവണ്ണം ക്രമീ കരിക്കുക.

കമ്പനം ചെയ്യുന്ന വായുനാളത്തിന്റെ നീളം അനുസരിച്ചായിരിക്കും അതിന്റെ കമ്പന ആവൃത്തി. നീളം ക്രമീകരിക്കുമ്പോൾ ഒരു പ്രത്യേക

ഘട്ടത്തിൽ ഉച്ചത്തിലുള്ള ശബ്ദം കേൾക്കാം. ഇപ്പോൾ വായുനാളത്തിന്റെ കമ്പന ആവൃത്തി ട്യൂണിങ് ഫോർക്കിന്റെ കമ്പന ആവൃത്തിക്കു തുല്യമായിരിക്കും. അതിനാൽ അനുരണനം (Resonance) സംഭവിക്കുകയും ശബ്ദം ഉച്ചതമമാകുകയും ചെയ്യുന്നു. ഇപ്പോൾ വായുനാളത്തിന്റെ നീളം $l_1 = \lambda/4$ (തരംഗ നീളത്തിന്റെ നാലിൽ ഒന്ന്) ആയിരിക്കും നാളി ഇനിയും ഉയർത്തിയാൽ വായുനാളത്തിന്റെ നീളം 3 ഇരട്ടി ആകുമ്പോൾ വീണ്ടും അനുരണനം സംഭവിക്കും. ഈ നീളം l_2 അളക്കുക. ഇത് $3\lambda/4$ ആയിരിക്കും. ഇങ്ങനെ കിട്ടുന്ന രണ്ടു നീളങ്ങളിൽ നിന്നും തരംഗനീളം λ കണ്ടുപിടിക്കാം.

$$\lambda = 2(l_2 - l_1)$$

കമ്പന ആവൃത്തി f, ട്യൂണിങ് ഫോർക്കിന്റെ ആവൃത്തിക്കു തുല്യമാണല്ലോ. അതിനാൽ

$$V = f\lambda = 2f(l_2 - l_1)$$

എന്ന സമവാക്യമുപയോഗിച്ച് ശബ്ദത്തിന്റെ വേഗത കണക്കാക്കാം. വായുവിനു പകരം മറ്റൊരു വാതകം നിറച്ച് പരീക്ഷണം ആവർത്തിച്ചാൽ അതിലൂടെയുള്ള ശബ്ദത്തിന്റെ വേഗത കണ്ടുപിടിക്കാൻ കഴിയും. (വായുവിനേക്കാൾ സാന്ദ്രത കൂടിയ വാതകമായിരിക്കണമെന്ന് ഊഹിക്കാമല്ലോ.)

2.5(4) തുറന്ന കുഴൽ

അടിവശം അടഞ്ഞതും മുകൾഭാഗം തുറന്നതുമായ കുഴലിലെ വാതകത്തിന്റെ കമ്പനം ആണ് മുകളിൽ പഠനവിധേയമായത്. ഇനി രണ്ടറ്റവും തുറന്ന കുഴൽ പരിഗണിക്കാം. തുറന്ന അഗ്രങ്ങളിൽ വായുവിന് പൂർണ്ണമായ ചലനസ്വാതന്ത്ര്യം ഉണ്ടെന്നുള്ളതാണ് ഇതിന്റെ പ്രത്യേകത. ഗണിതീയ അപഗ്രഥനത്തിൽനിന്നും കുഴലിന്റെ നീളം ശബ്ദത്തിന്റെ തരംഗ നീളത്തിന്റെ പകുതി ആയിരിക്കുമെന്ന് കാണാം $l = \lambda/2$

ഒരറ്റം മാത്രം തുറന്നതും, രണ്ടറ്റവും തുറന്നതും ആയ കുഴലുകളിലെ വായുവിന്റെ കമ്പനമാണ് ഇവിടെ പരിഗണനാർഹമായത്. ഇവയെ ആധാരമാക്കിയുള്ള സംഗീതോപകരണങ്ങൾ കുഴൽവാദ്യങ്ങളെന്ന് അറിയപ്പെടുന്നു. ഈ ഇനത്തിലുള്ള ധാരാളം സംഗീതോപകരണങ്ങൾ നിലവിലുണ്ട്.

ഓടക്കുഴൽ, ഫ്ളൂട്ട്, നാഗസ്വരം, മഗുഡി, ഷെഹനായി, കൊമ്പ്, കുഴൽ തുടങ്ങിയവ ഇവയ്ക്ക് ഉദാഹരണങ്ങളാണ്.

രണ്ടറ്റവും തുറന്ന കുഴലുകൾ ഗുണമേന്മ ഏറിയവയാണ്. കാരണം അവയിൽ സംഗീത ശബ്ദത്തെ സമ്പന്നമാക്കുന്ന ധാരാളം അധിസ്വരങ്ങൾ (overtones)ക്ക് സാദ്ധ്യതയുണ്ട്. റീഡ് പൈപ്പുകൾ (Reed Pipes) രണ്ടറ്റവും തുറന്ന കുഴലുകളാണ്. അവയുടെ 'കോൺ' ആകൃതികൊണ്ട് അവയെ കണ്ടാൽ തിരിച്ചറിയാം. വലിയ ഒരു സംഗീതോപകരണമായ 'ഓർഗനി'ൽ (Organ) ധാരാളം പൈപ്പുകൾ ഉണ്ടായിരിക്കും. ഇവ പല

നീളത്തിലുള്ളവയാണ്. ഏതാനും സെന്റീമീറ്റർ മുതൽ 9 മീറ്റർ വരെ നീളമുള്ളവയുണ്ട്.

2.6 ഭൗതികവും സംഗീതോപകരണങ്ങളും

ഒരുപക്ഷേ, വിരസമെന്നു സാധാരണക്കാർ കരുതുന്ന വിഷയങ്ങൾ കൈകാര്യം ചെയ്യുന്ന ശാസ്ത്രജ്ഞർക്ക് ഹൃദയത്തെ തരളമാക്കുന്ന വിനോദപ്രദമായ കലകളെ ഉൾക്കൊള്ളാൻ കഴിയുമോ? ശാസ്ത്രജ്ഞരോട് മറ്റുള്ളവർ ചോദിക്കാനാഗ്രഹിക്കുന്ന ഒരു ചോദ്യമാണിത്. മാത്രമല്ല ശാസ്ത്രജ്ഞർ സ്വയം ചോദിക്കുന്ന ചോദ്യവുമാണത്. വിശേഷിച്ചും സംഗീതം ഭൗതികശാസ്ത്രത്തിന്റെ അടിസ്ഥാനത്തിൽ എങ്ങനെയാണത് ആസ്വാദനക്ഷമമാകുന്നത്? ജർമ്മൻ ഭൗതികശാസ്ത്രജ്ഞനായ ഹെം ഹോൾട്ട്സ് (Helm Holtz) പ്രകൃതിയുടെ വ്യവസ്ഥ (Scheme of Nature) എന്നൊരാശയം ഒരു പഠനത്തിൽ അവതരിപ്പിക്കുകയുണ്ടായി. 'ശാസ്ത്രവും സംഗീതവും' (Science and Music) എന്ന തന്റെ പുസ്തകത്തിൽ സർ. ജെയിംസ് ജീൻസ് (Sir James Jeans) ഈ വിഷയം കൈകാര്യം ചെയ്തിട്ടുണ്ട്. എന്നാൽ മുകളിൽ കൊടുത്തിട്ടുള്ള ചോദ്യത്തിന് ശരിയായൊരുത്തരം ഇതുവരെയും ആരും തന്നെ കണ്ടെത്തിയിട്ടില്ല.

"സംഗീതവും സംഗീതോപകരണങ്ങളും ഭൗതികശാസ്ത്രജ്ഞന് ബന്ധമില്ലാത്ത വിഷയങ്ങളല്ലേ?" എന്നു ചോദിക്കുന്നവരുണ്ടാകാം. ഇവയെ സംബന്ധിക്കുന്ന ഒരു പൊതുസിദ്ധാന്തം ആവിഷ്കരിക്കുന്ന കാര്യത്തെ സംബന്ധിച്ചിടത്തോളം അത് ശരിയായിരിക്കാം. എന്നാൽ ഇന്നു പ്രചാരത്തിലുള്ള മിക്കവാറും എല്ലാ സംഗീതോപകരണങ്ങളുടെയും നിർമ്മാണത്തിന്റെയും പ്രവർത്തനത്തിന്റെയും പിന്നിലുള്ളത് ഭൗതികശാസ്ത്രവും അതിൽനിന്ന് ഉരുത്തിരിഞ്ഞു വന്നിട്ടുള്ള സാങ്കേതിക വിദ്യകളും ആണെന്ന് മനസ്സിലാക്കേണ്ടതാണ്.

സംഗീതോപകരണങ്ങളിൽ ഏറ്റവും പ്രാചീനമായത് ഡ്രം (drum) എന്ന ഗോട്ടുവാദ്യം ആയിരിക്കണമെന്ന് നിസ്സംശയം പറയാം. പ്രാചീന മനുഷ്യൻ വേട്ടയാടി ജീവിതം നയിച്ചിരുന്ന കാലത്തോളം പഴക്കമുള്ളതാണിത് എന്നു കരുതാം. ചത്ത മൃഗത്തിന്റെ തോലും മുറ്റിയ മരത്തിന്റെ കഷണവും മാത്രമാണ് ഇത് നിർമ്മിക്കാൻ ആവശ്യമായിവന്നത്. അവന്റെ ആത്മശക്തിയെ ഉണർത്താനും ഉത്തേജിപ്പിക്കാനും കഴിവുള്ളതായിരുന്നു ആ വാദ്യോപകരണത്തിലൂടെ ജനിപ്പിക്കാൻ കഴിഞ്ഞ ശബ്ദം.

ഉച്ചത്തിലുള്ള ഡ്രം ശബ്ദം യുദ്ധരംഗത്ത് യോദ്ധാക്കളെ യുദ്ധോത്സുകരാക്കാനും മന്ദമായ ഡ്രം വിസ്പന്ദത്തിന്റെ ശബ്ദം ശോകാത്മകമായ അന്തരീക്ഷം സൃഷ്ടിക്കാനും ഉതകുന്നതായിരുന്നുവെന്ന് ഊഹിക്കാവുന്നതാണ്.

19-ാം നൂറ്റാണ്ടിന്റെ അവസാനം സർ വില്യം ജോൺസ് (Sir William Jones) പ്രസിദ്ധീകരിച്ച *ഹിന്ദുക്കളുടെ സംഗീത ചിട്ടകൾ* എന്ന കൃതിയാണ് പിന്നീട് ഭാരതീയ സംഗീതത്തിൽ നടന്ന എല്ലാ ഗവേഷണ പഠന

ങ്ങൾക്കും ആധാരമായി വർത്തിച്ചത്. ഏതാണ്ട് നാല് ദശാബ്ദങ്ങൾക്കു ശേഷം ക്യാപ്റ്റൻ ആഗസ്റ്റസ് വില്ലാർഡ് (Captain Augustus Willard) *ഹിന്ദുസ്ഥാനിലെ സംഗീതത്തിന്റെ കഥ* എന്ന ഒരുലഘുഗ്രന്ഥം രചിക്കുകയുണ്ടായി. ഇന്ന് ഈ കൃതികളുടെ കോപ്പികൾ ലഭ്യമല്ല. മറ്റു ചില പില്ക്കാല കൃതികളിൽ ഇവയെപ്പറ്റിയുള്ള പരാമർശങ്ങൾ ഉണ്ടെന്നു മാത്രം.

19-ാം നൂറ്റാണ്ടിൽ ഭരണാധികാരികളായിരുന്ന പഴയ തിരുവിതാംകൂറിലെയും മൈസൂറിലെയും മഹാരാജാക്കന്മാർ സംഗീതത്തെ പരിപോഷിപ്പിക്കുന്നതിൽ ദത്തശ്രദ്ധരായിരുന്നു.

ഇന്ത്യ സന്ദർശിച്ച വിദേശസഞ്ചാരികൾക്കും പിന്നീട് സാമാന്യം ദീർഘകാലം ഇന്ത്യയുടെ ഭരണസാരഥ്യം വഹിച്ച വിദേശികൾക്കും ഇവിടുത്തെ സംഗീതം അശേഷം ആസ്വാദ്യകരം ആയിരുന്നില്ല എന്നതിന് ചരിത്രരേഖകളുണ്ട്. യൂറോപ്യന്മാർക്ക് ഇന്ത്യൻ കലകളിൽ വച്ച് ഒട്ടും തന്നെ മനസ്സിലാകാത്ത ഒന്നായിരുന്നു സംഗീതം. ഇന്ത്യൻ സംഗീതം അവർക്ക് വെറും ശബ്ദകോലാഹലവും ചില കൈക്രിയകളും ആയിരുന്നു. നമ്മുടെ നാട്ടിലെ സാധാരണക്കാരുടെ കഥയും വളരെയൊന്നും വ്യത്യസ്തമായിരുന്നില്ല.

ഇന്ത്യൻ സംഗീതം തീർച്ചയായും ഗഹനമായ സാങ്കേതികത്വം ഉൾക്കൊള്ളുന്നതും സങ്കീർണ്ണവുമായ ഒരു കലാരൂപമാണെന്ന കാര്യത്തിൽ സംശയമില്ല. പാശ്ചാത്യസംഗീതംപോലെ ലളിതമായി ആസ്വദിക്കാവുന്നതല്ല ഇന്ത്യൻ സംഗീതം എന്ന കാര്യവും നിസ്തർക്കമാണ്. കലാകാരന്മാർ കഠിനമായ സാധനകൾ അനുഷ്ഠിക്കുന്നവരും ദൈവവിശ്വാസികളും ആണെന്നത് സ്മരണീയമാണ്.

ബീഥോവന്റെ സൃഷ്ടികളിൽ കൂടെക്കൂടെ പ്രത്യക്ഷപ്പെടുന്ന സംഗീതോപകരണമാണ് 'ഡ്രം' (Drum). എല്ലാ മനുഷ്യസമൂഹങ്ങളിലും ഇതിന്റെ ശ്രദ്ധേയമായ സാന്നിദ്ധ്യം കാണാവുന്നതാണ്. പലഭാഷകളിലുള്ള ഇതിന്റെ പേര് അറിയുന്നത് കൗതുകകരമായിരിക്കും.

ഫ്രഞ്ച് - തംബൂർ (Tambour)

ജർമ്മൻ - ട്രോമ്മി (Tromme)

ഇറ്റാലിയൻ - തംബുറോ (Tamburo)

ഇന്ത്യയിൽ നോബൽ സമ്മാനം നേടിയ സി വി രാമൻ, രാമൻ പ്രഭാവം കണ്ടെത്തുന്നതിലേക്കു നയിച്ച ഗവേഷണം തുടങ്ങുന്നതിനു മുമ്പ് ഈ വിഷയത്തിൽ ഗൗരവതരമായ പഠനങ്ങൾ നടത്തിയിരുന്നു. തന്റെ സർഗ്ഗാത്മകതയും ഔചിത്യവും പ്രകടമാക്കാനുള്ള ഉത്തമ സാഹചര്യമാണ് കലാകാരന് ഇവിടെ ലഭിക്കുന്നത്. തബലയിൽ പ്രാവീണ്യം നേടുക എന്നത് അനായാസേന സാദ്ധ്യമാകുന്നതല്ല. തലച്ചോറിലെ ഒരു പ്രത്യേക സ്ഥാനത്തു നിന്നുള്ള നിർദ്ദേശം അനുസരിച്ച് രണ്ടു കൈകളിലെയും മാംസപേശികൾ പ്രത്യേകരീതിയിൽ നിയന്ത്രിതമായി ചലിപ്പിക്കേണ്ടതുണ്ട്. ഇത് വളരെ ശ്രമകരമായ കാര്യമാണ്. ഇന്ത്യൻ ഓർക്ക

സ്ട്രയിൽ ഒരു രാജാവിന്റെ സ്ഥാനമാണ് ഡ്രം വഹിക്കുന്നത്. അതിന്റെ താളത്തിനും നിയമങ്ങൾക്കും അനുസരിച്ച് മറ്റു ഘടകങ്ങൾ ചിട്ടകൾ പാലിക്കേണ്ടതുണ്ട്. *Feynman Lectures* എന്ന പ്രശസ്തമായ ഭൗതിക ശാസ്ത്രപുസ്തകത്തിന്റെ കവർപേജിൽ ഒരാൾ ഇരുകൈകളും കൊണ്ട് തബല വായിക്കുന്ന ചിത്രമാണ് കൊടുത്തിട്ടുള്ളത്.

3

ഭാരതീയ സംഗീതോപകരണങ്ങൾ

സാമാന്യവിവരണം

ഇന്നു കാണുന്നതിൽനിന്നും തികച്ചും വ്യത്യസ്തമായ രൂപത്തിലുള്ള സംഗീതോപകരണങ്ങളായിരിക്കണം ആദ്യകാലത്ത് ഉണ്ടായിരുന്നത് എന്ന് ഊഹിക്കാവുന്നതേ ഉള്ളൂ. പ്രാകൃതരൂപത്തിലുള്ള ഉപകരണങ്ങൾ എത്രയോ തവണ പരിഷ്കരിച്ചിരിക്കാം. അങ്ങനെ നിരവധി പരിഷ്കരണങ്ങൾക്കു ശേഷമായിരിക്കണമല്ലോ അവ ഇന്നത്തെ രൂപം പ്രാപിച്ചത്. പ്രാകൃത മനുഷ്യൻ ഉപയോഗിച്ചിരുന്ന സംഗീതോപകരണങ്ങളിൽ ഏറെ പുരാതനമായത് ഒരുതരം ഗോട്ടുവാദ്യം (percussion instrument) ആയിരുന്നിരിക്കാൻ സാദ്ധ്യതയുണ്ട്. ഏതുതരം വായ്പാട്ടിനും അത് അകമ്പടി സേവിച്ചിരുന്നു എന്നു കരുതാം. താളം അവന് സ്വാഭാവികമായി വന്നിരിക്കും. പ്രകൃതിയിലെ എല്ലാ സൃഷ്ടികളുടെയും ചലനത്തിന് ഒരു താളക്രമമുണ്ടല്ലോ. ഈ പ്രാതിഭാസിക പ്രപഞ്ചം സർവ്വത്ര ചലനാത്മകമാണെന്നതും സ്മരണീയമാണ്. ഒരു തരത്തിലല്ലെങ്കിൽ മറ്റൊരു തരത്തിൽ ഉള്ള ചലനം പ്രകൃതിയിൽ സദാസമയവും ദർശിക്കാം. ആഘോഷവേളകളിലെ നൃത്തം പ്രാകൃത മനുഷ്യന് അവന്റെ വികാര പ്രകടനത്തിനുള്ള അവസരമായിരുന്നു. ഒപ്പം ദേവപ്രീതിക്കുള്ള അനുഷ്ഠാനവും. വ്യത്യസ്തമായ വികാരപ്രകടനങ്ങൾക്കനുയോജ്യമായ നാദങ്ങൾ സൃഷ്ടിക്കുന്ന വിവിധതരം ഉപകരണങ്ങൾ ഉണ്ടാക്കാനും അവൻ സ്വയം പഠിച്ചു.

നൃത്തം ചെയ്യുന്നവർതന്നെ അവർക്കാവശ്യമുള്ള ഉപകരണങ്ങളും ഉണ്ടാക്കിയിരുന്നു. വളരെ ലളിതമായ ഉപകരണങ്ങളായിരുന്നു അവ. പാദങ്ങൾ തറയിൽ അമർത്തി ചവിട്ടിയും കൈകൊട്ടിയും 'കാലക്രമം' തെറ്റാതെ നോക്കി. ചിലപ്പോൾ തുടയിലും വയറ്റത്തും കൈപ്പത്തി കൊണ്ടടിച്ച് ഇത് നിർവ്വഹിച്ചിരുന്നു. ഈ സമ്പ്രദായം പില്ക്കാലത്ത് ഇല

ത്താളം, ചേങ്ങല, പാദസരം, കാൽത്തള എന്നിവയ്ക്ക് വഴിമാറി.

പിന്നീട് ഭൂമിയിൽ കുഴിയുണ്ടാക്കി മരത്തോൽ കൊണ്ട് അടച്ച് വച്ച് അതിന്മേൽ ചവിട്ടി ഡ്രമ്മിൽ നിന്നെന്ന പോലെ ശബ്ദം സൃഷ്ടിക്കാൻ പഠിച്ചു. 'ഭൂമി ദുന്ദുഭി' എന്നാണ് ഇതറിയപ്പെട്ടിരുന്നത്. വേദസംഹിതകളിലും ബ്രാഹ്മണങ്ങളിലും വിവരിച്ചിട്ടുള്ള മഹാവ്രതാനുഷ്ഠാനവേളകളിലായിരുന്നു ഈ പ്രയോഗം.

കുഴിയുടെ മുകളിലത്തെ മരത്തോൽ അടപ്പിൽ ചവിട്ടുമ്പോൾ കേൾക്കുന്ന മുഴക്കമുള്ള ശബ്ദം, ഉള്ളു പൊള്ളയായ ഗോട്ടുവാദ്യങ്ങളുടെ നിർമ്മാണസാദ്ധ്യതയിലേക്ക് സൂചന നല്കി. അങ്ങനെ വലിയ മരക്കഷണം മുറിച്ചെടുത്ത് ഉള്ളുപൊള്ളയാക്കി രണ്ടറ്റവും മരത്തോൽ കൊണ്ടടച്ച് അതിന്മേൽ ബലമുള്ള കമ്പുകൊണ്ടടിച്ച് ശബ്ദമുണ്ടാക്കാൻ പഠിച്ചു. രണ്ടറ്റവും അടയ്ക്കുന്നതിന് ചത്ത മൃഗത്തിന്റെ തോൽ ഉപയോഗിച്ച് നല്ല മുഴക്കമുള്ള ശബ്ദം സൃഷ്ടിക്കാനും കഴിഞ്ഞു. 'പടഹം' എന്ന പഴയ കാലത്തെ ഡ്രം (drum) ഇങ്ങനെയാണ് ഉണ്ടാക്കിയിരുന്നത്. കുടത്തിന്റെ വായ് തോൽ വലിച്ചുകെട്ടി അടച്ച് ഉണ്ടാക്കുന്ന വാദ്യോപകരണവും ഇപ്രകാരം ഉപയോഗിച്ചിരുന്നു. ഇത് ഭാരതത്തിലെല്ലാ ഭാഗത്തും ഒരു കാലത്ത് പ്രചാരത്തിലിരുന്നു. ഭേരി, ദുന്ദുഭി എന്നിവ ഉദാഹരണങ്ങളാണ്. ഇന്നും ഇവ പല സ്ഥലങ്ങളിലും പ്രചാരത്തിലുണ്ട്.

കുറേക്കൂടി കഴിഞ്ഞ് രണ്ടറ്റവും മരത്തോലിനുപകരം മൃഗത്തോൽ കൊണ്ടടച്ച 'ബാരൽ' ആകൃതിയിലുള്ളതും തടിയിൽ പണിഞ്ഞതുമായ 'ഡ്രമ്മു'കൾ പ്രചാരത്തിലായി. ഇങ്ങനെ ഉണ്ടാക്കിയ പലതരം ഡ്രമ്മുകളുടെ കൂട്ടത്തിൽ ധോളും മൃദംഗവും എടുത്ത പറയേണ്ടവയാണ്. വിവാഹവേളകളിലും ഉത്സവങ്ങൾക്കും ഘോഷയാത്രകളിലും മറ്റ് വിശേഷാവസരങ്ങളിലും ആണ് സാധാരണയായി ഇവ ഉപയോഗിച്ചിരുന്നത്. ഡോളിന്റെ മറ്റൊരു രൂപമാണ് 'ഡോലക്ക്.'

ഭാരതത്തിൽ ഏറെ പ്രചാരമുള്ള ഡ്രമ്മുകളുടെ കൂട്ടത്തിൽ ഏറ്റവും പുരാതനമെന്ന് വിശേഷിപ്പിക്കപ്പെടാവുന്നത് 'മൃദംഗ'മാണ്. 'താരത്വ' (Pitch)ത്തിന്റെ കൃത്യതയും സ്വരവൈവിദ്ധ്യവും കൊണ്ട് ശ്രദ്ധേയമായ ഇത്തരമൊരു ഗോട്ടുവാദ്യം ലോകത്ത് മറ്റൊരിടത്തും കാണാൻ കഴിയില്ല. കർണ്ണാടക സംഗീതത്തിൽ അത്യന്തം പ്രാധാന്യമുള്ള ഒരു ഘടകമാണ് മൃദംഗം. അതുപോലെതന്നെ പ്രാധാന്യമുള്ള മറ്റൊരു വാദ്യോപകരണമാണ് തബല. കക്ഷത്തിൽ വച്ചുകൊണ്ടുനടക്കാൻ സൗകര്യപ്രദമായ ഇതേപോലുള്ള ചെറിയ ഉപകരണങ്ങളാണ് ഡമരു, ഉടുക്ക് എന്നിവ. ഭാരതത്തിന്റെ പല ഭാഗങ്ങളിൽ പല പേരുകളിൽ ഇവ അറിയപ്പെടുന്നു.

മറ്റൊരു വിശേഷപ്പെട്ട ഉപകരണമാണ് 'പഞ്ചമുഖവാദ്യം'. പേരു സൂചിപ്പിക്കുന്നതുപോലെ തന്നെ ഇതിന് അഞ്ചുമുഖങ്ങൾ ഉണ്ട്. അഞ്ചും തുകൽകൊണ്ട് അടച്ചവയാണ്. അഞ്ചിലും രണ്ടും കൈകളും ഉപയോഗിച്ച് മാറിമാറി കൊട്ടി വാദനം ചെയ്യാം. മൃദംഗത്തിന്റേതുപോലുള്ള സംഗീത ശബ്ദമാണ് ഇതിൽനിന്നും ഉണ്ടാകുന്നത്. തമിഴ് നാട്ടിലുള്ള പല

ക്ഷേത്രങ്ങളിലും ഇത് പ്രയോഗത്തിലുണ്ട്. പ്രസിദ്ധമായ ചിദംബരം ക്ഷേത്രത്തിലെ ശില്പങ്ങളുടെ ഇടയിൽ പഞ്ചമുഖവാദ്യധാരിയുടെ രൂപം കാണാൻ കഴിയും.

ക്ഷേത്ര സംഗീതത്തിന്റെ ഒരു സുപ്രധാനഘടകമാണ് കുഴൽ വാദ്യങ്ങൾ (Wind instruments). ഭാരതത്തിൽ പൊതുവെ കുഴൽവാദ്യങ്ങൾ തുറസ്സായ സ്ഥലത്ത് വാദനം നടത്താൻ ഉദ്ദേശിച്ച് നിർമ്മിച്ചിട്ടുള്ളവയാണ്. ഉത്സവാഘോഷവേളകളിൽ ഇവയുടെ ശബ്ദമാണ് മുഖ്യമായും മുഴങ്ങി കേൾക്കാറുള്ളത്.

കൊമ്പുവാദ്യമാണ് മറ്റൊരു പ്രാചീനകാലത്തെ വാദ്യം. പോത്തിന്റെ വളഞ്ഞ കൊമ്പുകളായിരിക്കണം ഏറ്റവും പ്രാചീനമായ കൊമ്പുവാദ്യം. കാഹളവും ശൃംഗവും പോലുള്ള ഒരുപകരണമാണ് കൊമ്പ്. മനുഷ്യൻ തന്റെ ശബ്ദം ഉച്ചത്തിൽ കേൾക്കാൻ വേണ്ടി ആദ്യകാലത്ത് ഉപയോഗിച്ചിരുന്നത് ഇതാണ്. കൊമ്പിൽനിന്നുള്ള ഭയനാകമായ ശബ്ദം എല്ലാ ഉത്സവങ്ങളോടും മാന്ത്രികാചാരങ്ങളോടും ബന്ധപ്പെട്ട് ചടങ്ങുകളിൽ പ്രാചീന മനുഷ്യൻ പുറപ്പെടുവിച്ചിരുന്നു. ഇത് തീർത്തും പരുക്കനായ ശബ്ദം ആയിരുന്നു എന്ന് പ്രത്യേകം പറയേണ്ടതില്ലല്ലോ.

ഏറ്റവും പ്രാചീനമായ കുഴൽവാദ്യങ്ങളിൽ ഒന്ന് ഓടക്കുഴൽ (flute) ആണെന്ന് നിസ്സന്ദേഹം പറയാം. ഇത് വേണു, മുരളി, ബൻസൂരി എന്നീ പേരുകളിലും അറിയപ്പെടുന്നു. പ്രകൃതിയിൽ, മുളങ്കാടുകളിൽനിന്നും ഈ നാദം കേൾക്കാൻ കഴിയും. മുളകളിൽ പ്രാണികൾ തുരന്ന് സുഷിരങ്ങൾ ഉണ്ടാകാറുണ്ട്. മുളങ്കൂട്ടത്തിലൂടെ കാറ്റ് വീശുമ്പോൾ ഈ സുഷിരങ്ങളിലൂടെ വായുപ്രവാഹം ഉണ്ടാകുകയും വേണുനാദം പുറപ്പെടുകയും ചെയ്യുന്നതായി ശ്രദ്ധിച്ചാൽ മനസ്സിലാകും. ഇതിൽനിന്ന് പ്രചോദനമുൾക്കൊണ്ടാണ് മനുഷ്യൻ നിർമ്മിച്ചത്. വെറുമൊരു കുഴലിലൂടെ ഊതുമ്പോഴുണ്ടാകുന്ന ശബ്ദത്തെ നിയന്ത്രിച്ച് സംഗീതാത്മകമായ വേണുനാദം സൃഷ്ടിക്കാനായി കുഴലിൽ സുഷിരങ്ങൾ ഉണ്ടാക്കി.

വേണുഗാനമെന്നു കേൾക്കുമ്പോൾ, അത് സൃഷ്ടിക്കുന്നതിൽ അത്ഭുതകരമായ സിദ്ധിവിശേഷം കൊണ്ടനുഗൃഹീതനായിരുന്ന ഭഗവാൻ ശ്രീകൃഷ്ണനാണ് ആരുടെയും സ്മരണയിലെത്തുക. വൃന്ദാവനത്തിലെ ഗോപികമാരെ മാത്രമല്ല പക്ഷിമൃഗാദികളെയും വൃക്ഷലതാദികളെയും വരെ സ്തബ്ധരാക്കാൻ പോന്നതായിരുന്നു ആ വേണുഗാനം.

ചരിത്രരേഖകൾ:

ആദ്യകാലത്ത് സംഗീതത്തെ സംബന്ധിച്ച പണ്ഡിതോചിതവും വിശദവുമായ വിവരങ്ങൾ അടങ്ങുന്ന രചനകൾ ഉണ്ടായിട്ടുണ്ട്. പിന്നീടുണ്ടായ കൃതികളിൽ നിന്നു മനസ്സിലാക്കുന്നത് കാലക്രമത്തിൽ പല ഘട്ടങ്ങളിലായി പല മാറ്റങ്ങളും ഇതിൽ സംഭവിച്ചിട്ടുണ്ട് എന്നാണ്. പില്ക്കാലത്ത് സംസ്കൃത ഭാഷയിൽ രചിക്കപ്പെട്ട ഒരു കൃതിയാണ് *സംഗീത പാരിജാതം*. ഇതിന്റെ കർത്താവ് അഹോബലൻ എന്ന പണ്ഡിതനായ സംഗീതജ്ഞൻ ആയിരുന്നു.

പിന്നീടാണ് സംഗീതത്തിൽ ഇന്നു കാണുന്ന രണ്ടു സമ്പ്രദായങ്ങൾ നിലവിൽ വന്നത്. ഹിന്ദുസ്ഥാനി എന്നും കർണ്ണാടിക് എന്നും വ്യവഹരിക്കപ്പെടുന്ന രണ്ടു സമ്പ്രദായങ്ങൾ. ആര്യന്മാരുടെ ദക്ഷിണേന്ത്യൻ അധിനിവേശത്തെ തുടർന്നാണ് കർണ്ണാടിക് സംഗീതമെന്ന പ്രത്യേക സമ്പ്രദായം രൂപംകൊണ്ടതെന്നാണ് പണ്ഡിതമതം. മൂലസ്രോതസ്സ് ഒന്നാണെങ്കിലും പിന്നീട് വ്യത്യസ്ത പാതകളിലൂടെ പുരോഗമിച്ച് പലതരം മാറ്റങ്ങൾക്കും വിധേയമായി. ഇന്ന് പരസ്പര ബന്ധമില്ലാത്ത രണ്ടു സമ്പ്രദായങ്ങളായി വിരാജിക്കുന്നു.

വിജയനഗര സാമ്രാജ്യം നിലംപതിച്ചതിനെത്തുടർന്ന് ദക്ഷിണേന്ത്യയിൽ സംഗീതത്തിന്റെ നിലനില്പിനും വളർച്ചയ്ക്കും അനുകൂലമായ സാഹചര്യം സൃഷ്ടിച്ചുകൊണ്ട് തഞ്ചാവൂർ, തിരുവിതാംകൂർ സ്കൂളുകൾ സ്ഥാപിതമായി. മറ്റുചില ദക്ഷിണേന്ത്യൻ സ്കൂളുകളും ഇക്കാലത്ത് നിലവിൽ വന്നു. തഞ്ചാവൂർ സ്കൂളിന് പിന്നീട് എന്തെല്ലാം മാറ്റങ്ങളാണ് സംഭവിച്ചതെന്നും അവ എങ്ങനെയാണ് സംഭവിച്ചതെന്നും വിവരിക്കുന്ന രേഖകളൊന്നും നിർഭാഗ്യവശാൽ ഇപ്പോൾ ലഭ്യമല്ല.

എന്നാൽ ശ്രദ്ധേയമായ ഒരു സംഭവഗതി ത്യാഗരാജ ഭാഗവതരെപ്പോലുള്ള പ്രതിഭാശാലിയായ ഒരു സംഗീതജ്ഞന് ഉയർന്നു വരാനുള്ള സാഹചര്യം ഉണ്ടായി എന്നതാണ്. വമ്പിച്ച പുരോഗതിയുടെ ഒരു കാലഘട്ടം ആയിരുന്നു അത്. തഞ്ചാവൂർ കൊട്ടാരത്തിലെ ലൈബ്രറിയിൽ ഇന്ത്യൻ സംഗീതത്തിന്റെ സങ്കേതങ്ങൾ പരിഷ്കരിക്കുന്നതിന്റെ വിശദാംശങ്ങൾ അടങ്ങുന്ന രേഖകൾ ഇന്നും ലഭ്യമാണ്.

തഞ്ചാവൂർ ദേശം ബ്രിട്ടീഷ് അധീനതയിലായതോടെ പുതിയൊരു കാലഘട്ടത്തിന്റെ ഉദയം ഉണ്ടായി. കലകളും ശാസ്ത്രങ്ങളും അഭിവൃദ്ധി പ്രാപിച്ച ഒരു കാലഘട്ടമായിരുന്നു അതെന്നാണ് ചരിത്രരേഖകൾ സൂചിപ്പിക്കുന്നത്. ദീർഘകാലമായി അവഗണിക്കപ്പെട്ടിരുന്ന കലാരൂപങ്ങൾക്ക് പുതുജീവൻ ലഭിച്ചു എന്നു പറയാം.

സംഗീതോത്സവങ്ങൾ

മുൻകാലങ്ങളിൽ സംഗീതാസ്വാദകർ മുൻകൈ എടുത്ത് സംഗീതോത്സവങ്ങൾ സംഘടിപ്പിച്ചിരുന്നു. മിക്കവാറും ഡിസംബർ മാസത്തിലാണ് ഇത് നടന്നിരുന്നത്. അനുകൂലമായ കാലാവസ്ഥയായിരുന്നു ഡിസംബർ മാസത്തിൽ നടത്താൻ കാരണം. മദ്രാസ് നഗരം (ഇപ്പോഴത്തെ ചെന്നൈ) അനുയോജ്യമായ സ്ഥലമായി കണ്ടത് സ്വാഭാവികംമാത്രം. ഇന്ന് സംഗീതസഭകളുടെ ആഭിമുഖ്യത്തിലാണ് ഈ ഉത്സവങ്ങൾ സംഘടിപ്പിക്കപ്പെടുന്നത്. നിരവധി സംഗീതസഭകൾ ഇപ്പോൾ നിലവിലുണ്ട്. ഈ സഭകൾ സ്പോൺസർ ചെയ്യുന്ന പരിപാടികൾ പല സ്ഥലങ്ങളിലും നടക്കുന്നുണ്ട്. എല്ലായിടത്തും പരിപാടികൾ നടക്കുന്നത് ഡിസംബർ മാസത്തിലാണെന്നതും ഒരു പ്രത്യേകതയാണ്. ഇവിടെ വച്ച് കലാകാരന്മാർക്ക് പല ബഹുമതിപട്ടങ്ങളും കൊടുക്കാറുള്ളതുകൊണ്ട് അവരുടെ സാന്നിദ്ധ്യം ഉറപ്പാക്കാൻ കഴിയാറുണ്ട്.

ഒരു പഴയ കാല ചിത്രം

നൂറ്റാണ്ടുകൾക്കുമുമ്പ് സ്ലാവ് വർഗ്ഗക്കാർ ചെമ്മരിയാടിന്റെ കുടൽ ഉണക്കിയെടുത്ത് തന്ത്രികളാക്കി അതിന്മേൽ കുതിരവാലിട്ട് വലിച്ച് ശബ്ദമുണ്ടാക്കി ആസ്വദിച്ചിരുന്നു. അവരിൽ നിന്ന് പശ്ചിമ യൂറോപ്പിലെ ഗായകർ ഈ വിദ്യ വശമാക്കിയിരുന്നു. റഷ്യയിലെ സഞ്ചരിക്കുന്ന ഗായകർ മൂന്നു തന്ത്രികൾ വലിച്ചുകെട്ടിയ 'ഗൗദോക്സ്' എന്ന ഉപകരണം നിർമ്മിച്ച് ഉപയോഗിച്ചിരുന്നു. കുറേക്കാലം കഴിഞ്ഞപ്പോൾ തോളിൽ വച്ചുപയോഗിക്കേണ്ട ഒരു തരം വാദ്യം നിലവിൽ വന്നു.

പുരാതന റഷ്യയിൽ ഫിഡിലും അത്തരം മറ്റുപകരണങ്ങളും സാർ ചക്രവർത്തിയുടെ നിർദ്ദേശപ്രകാരം നിരോധിക്കുകയുണ്ടായി. ഇതിന്റെ പിന്നിൽ പാത്രിയാർക്കീസിന്റെ ബുദ്ധിയാണത്രെ പ്രവർത്തിച്ചിരുന്നത്. പല സംഗീതോപകരണങ്ങളും അങ്ങനെ നാമാവശേഷമായി. ഗായകന്മാരെ നാട്ടിൽ നിന്ന് പുറത്താക്കുകയും ചെയ്തു.

ഇങ്ങനെ പുറത്താക്കപ്പെട്ടവർ പോളണ്ട്, ഫ്രാൻസ്, ഇറ്റലി എന്നിവിടങ്ങളിൽ കുടിയേറി. പോളണ്ടിൽ ആണ് വയലിന്റെ മുൻഗാമി എന്നു വിശേഷിപ്പിക്കപ്പെടാവുന്ന പോളിഷ് ഗയിജ് (Geige) എന്ന ഉപകരണത്തിന്റെ ആവിർഭാവം.

വയലിന്റെ ജനനവും പ്രചാരവും

കാലം 18-ാം നൂറ്റാണ്ട്. സ്ഥലം ക്രിമോണ എന്ന നഗരം. അന്റോണിയോ സ്റ്റാർഡിവേറിയസ് (Antonio Stardivarius) എന്ന വയലിൻ നിർമ്മാതാവ് അവിടെയാണ് ജീവിച്ചിരുന്നത്. മരക്കഷണങ്ങൾ മുറിച്ചെടുത്ത്, കടഞ്ഞ് ആകൃതി വരുത്തി അവ പശകൊണ്ട് യഥോചിതം ഒട്ടിച്ചു ചേർത്ത് കമ്പികൾ ഉറപ്പിച്ച് വയലിൻ നിർമ്മിക്കുന്ന പണി മറ്റാരുടെയും സഹായമില്ലാതെ അന്റോണിയോ തനിയേ ചെയ്തിരുന്നു. കരവിരുതുള്ള കലാകാരനും സംഗീതജ്ഞനുമായിരുന്നു വിശ്വവിഖ്യാതനായ ഈ മനുഷ്യൻ. ക്രിമോണാ വയലിന്റെ വാദനം കേൾക്കാൻ ധാരാളം ആളുകൾ തടിച്ചുകൂടുമായിരുന്നു.

ക്രിമോണാ വയലിന്റെ അസാധാരണമായ ഗുണമേന്മയ്ക്കു കാരണം കണ്ടെത്താൻ ശ്രമിച്ചവർക്കും മനസ്സിലാക്കാൻ കഴിഞ്ഞ വസ്തുത അത് ഉപകരണത്തിന്റെ ആകൃതിയിലോ വലുപ്പത്തിലോ അധിഷ്ഠിതമല്ലെന്നാണ്. വയലിന്റെ നിർമ്മാണത്തിനുപയോഗിച്ച വസ്തുക്കളാണോ എന്നറിയുന്നതിനുവേണ്ടിയായിരുന്നു പിന്നീട് ഗവേഷകരുടെ പരിശ്രമം. വയലിന്റെ ശിരോഭാഗം ഒരു തരം 'ഫർ' (Fur) മരം കൊണ്ടും പിൻഭാഗം 'മേപ്പിൾ' (maple) മരം കൊണ്ടും ആണ് നിർമ്മിച്ചിരുന്നത്. എന്നാൽ ഈ തടികൾ ഉപയോഗിച്ച് നിർമ്മാണം നടത്തിയവർക്ക് പ്രതീക്ഷിച്ച ഗുണമേന്മ ഉറപ്പുവരുത്താൻ കഴിഞ്ഞില്ല. അതേ വാർണീഷ് ഉപയോഗിച്ച്

പെയിന്റ് ചെയ്തിട്ടും ഫലം ഉണ്ടായില്ല. ഗുണ വൈശിഷ്ട്യത്തിന്റെ രഹസ്യം ഒടുവിൽ അനാവരണം ചെയ്യപ്പെട്ടു. ഉപകരണത്തിന്റെ വിവിധ നിർമ്മാണ ഘടകങ്ങളുടെ പ്രത്യേകതയേക്കാൾ അവയുടെ സമഞ്ജ സമായ സമ്മേളനമാണ് നിർണ്ണായകം. അതുപോലെ തന്നെ ഓരോ ഘട്ട ത്തിലും ശബ്ദപരിശോധനയും നടത്തേണ്ടതുണ്ട്. ഇതിനെല്ലാം പുറമെ നിർമ്മാതാവിന് സംഗീതത്തിൽ പരിജ്ഞാനവും അഭിരുചിയും ഉണ്ടായി രിക്കുന്നത് തീർച്ചയായും അഭികാമ്യമായിരിക്കും എന്ന് പ്രത്യേകം പറ യേണ്ടതില്ലല്ലോ.

ഒരു ഓർക്കസ്ട്രയിലെ സംഗീതോപകരണങ്ങളുടെ കൂട്ടത്തിൽ ഏറ്റവും പ്രമുഖമായ സ്ഥാനം വഹിക്കുന്നത് 'ഓർഗൻ' (organ) ആണ്. അടുത്തത് ഹാർപ്പ്, അതിനടുത്ത സ്ഥാനത്താണ് വയലിൻ വരുന്നത്. യഥാർത്ഥത്തിൽ ഓർക്കസ്ട്രയിലെ അംഗങ്ങളെല്ലാം സ്വരപ്രാധാന്യത്തെ സംബന്ധിച്ചിടത്തോളം സമന്മാരാണെന്ന് പറയുന്നതാവും ശരി. അങ്ങനെ നോക്കുമ്പോൾ സ്ഥാനക്രമത്തിന് വലിയ പ്രസക്തി ഇല്ലെന്നു പറയേണ്ടി വരും.

ഉന്നതസ്ഥാനം അലങ്കരിക്കുന്ന മറ്റൊരുപകരണം 'പിയാനോ' (Piano) ആണ്. ഇതും നിരവധി ഘട്ടങ്ങളിലൂടെ പരിഷ്കരണങ്ങൾക്കു വിധേയ മായി പുരോഗതി പ്രാപിച്ച് ഇന്നത്തെ നിലയിൽ എത്തിയതാണ്. തുടക്ക ത്തിൽ വളരെ ലളിതമായിരുന്നു ഇതിന്റെ ഘടന. നീണ്ട ഒരു തടിപ്പെട്ടി യുടെ മുകളിൽ വലിച്ചുകെട്ടിയ ഒറ്റ തന്ത്രിയും അതിന്റടിയിലൂടെ നീക്കാ വുന്ന ഒരു കട്ടയും ചേർന്ന ഘടന. ഒരു ഏകതന്ത്രിവാദ്യം എന്ന വിശേ ഷണത്തിനു ചേർന്നത്.

ആദ്യകാലത്ത് ഒറ്റതന്ത്രി വ്യൂഹങ്ങൾ (Monochored systems) സംഗീ തോപകരണം എന്നതിനേക്കാൾ ശബ്ദശാസ്ത്രപഠനത്തിനുള്ള ഉപാധി കൾ ആയിരുന്നു. പിന്നീട് അനേകം ഏകതന്ത്രി വാദ്യങ്ങൾ ഒരുമിച്ച് വാദനം ചെയ്തപ്പോഴുണ്ടായ രസാനുഭവം ആയിരിക്കണം ബഹുതന്ത്രി വാദ്യങ്ങൾ രൂപകല്പന ചെയ്യാനും നിർമ്മിക്കാനും പ്രേരകമായി ഭവി ച്ചത്.

17-ാം ശതകമായപ്പോഴേക്ക് പ്രാർത്ഥനാ വേളകളിൽ പള്ളികളിൽ ബഹുതന്ത്രി വാദ്യങ്ങൾ ഉപയോഗിച്ചു തുടങ്ങി. ഇവയിൽ വരുത്തിയ പരി ഷ്കരണങ്ങൾ 'കീ ബോർഡ്' (Key Board) സഹിതമുള്ള ആദ്യത്തെ ക്ലാവിക്കോർഡിനു (Clavichord) ജന്മം നല്കി. ഇതിൽ തന്ത്രികൾ പല നീളത്തിൽ കമ്പനം ചെയ്യാനുള്ള സംവിധാനം ഉണ്ടായിരുന്നു. വളരെ പതിഞ്ഞതും നേർത്തതുമായ ശബ്ദമായിരുന്നു ഈ ഉപകരണത്തിൽ നിന്ന് പുറപ്പെട്ടിരുന്നത്. വലിപ്പക്കുറവും ഭാരക്കുറവും കാരണം ഇത് മേശ പ്പുറത്തുവച്ച് സൗകര്യപൂർവ്വം വാദനം ചെയ്യാൻ കഴിഞ്ഞിരുന്നു.

കീബോർഡ് വിഭാഗത്തിൽപെട്ട ക്ലാവികോർഡിനൊപ്പം തന്നെ നില

വിലിരുന്ന മറ്റൊരുപകരണമാണ് 'ഹാർപ്സികോർഡ്' (Harpsichord). ഇതിന് ചില പരിമിതികളുണ്ടായിരുന്നു. പ്രയോഗ സൗകര്യത്തിന്റെ പോരായ്മയായിരുന്നു ഒരു പ്രശ്നം. മറ്റൊന്ന് സ്വരഭേദത്തിന്റെ വൈപുല്യം പരിമിതമായിരുന്നു എന്നതാണ്. കൂടാതെ ശബ്ദ തീവ്രത നിലനിർത്താനും മാറ്റാനും വേണ്ട സംവിധാനം ഹാർപ്സി കോർഡിനുണ്ടായിരുന്നില്ല.

ഈ വിധത്തിലുള്ള പരിമിതികളുണ്ടായിരുന്നെങ്കിലും ആ ഉപകരണത്തിന്റെ നാദം ഏറെ ആകർഷകമായിരുന്നുവെന്ന മേന്മ ഉണ്ടായിരുന്നു. മൊസാർട്ടിന്റെ 'അല്ലാ ടാർക' എന്ന ഗാനം ആലപിക്കാൻ ഹാർപ്സി കോർഡ് ആണ് ഏറ്റവും അനുയോജ്യമായ ഉപകരണം. പ്രസ്തുത ഗാനം ഈ ഉപകരണത്തിനുവേണ്ടി മാത്രം രചിച്ചതാണെന്നും പറയപ്പെടുന്നു. ഇതിന്റെ ഇന്നത്തെ രൂപവും പഴയതിൽനിന്നും കുറെയൊക്കെ വ്യത്യസ്തമാണ്. അലങ്കാരങ്ങൾ കൊണ്ട് ഇതിനെ ഇപ്പോൾ കാണാൻ വളരെയേറെ ആകർഷകമാക്കിയിട്ടുണ്ട്.

കലാകാരന്മാരുടെയും എഞ്ചിനീയർമാരുടെയും നിർമ്മാതാക്കളുടെയും തുടർന്നുള്ള പരിശ്രമങ്ങൾ ഇന്ന് ഏറെ പ്രചാരം സിദ്ധിച്ചിട്ടുള്ള 'പിയാനോ'യുടെ ആവിഷ്കാരത്തിലേക്കു നയിച്ചു.

വ്യാപകമായി പ്രചാരത്തിലുള്ള പ്രശസ്തമായ ഒരു തന്ത്രിവാദ്യമാണ് പിയാനോ (Piano). പാശ്ചാത്യ നാടുകളിലാണ് ഇത് ആദ്യം പ്രചാരത്തിലായത്. ഒരു ചുറ്റികകൊണ്ട് അടിച്ചാണ് തന്ത്രിയെ പ്രകമ്പനം കൊള്ളിക്കുന്നത്. വരിഞ്ഞു മുറുകി നില്ക്കുന്ന തന്ത്രിയിൽ അടിക്കുമ്പോൾ ചുറ്റിക തെറിച്ചു പൊങ്ങുന്നു. തന്ത്രിയുടെ കമ്പനം നിലയ്ക്കുന്നത് ഒരു ബ്രഷിന്റെ സ്പർശനംകൊണ്ടാണ്. സൗണ്ട് ബോർഡിന്റെ മുകൾഭാഗത്തെ നിരപ്പായ പലകയുടെ മുകളിലാണ് തന്ത്രികൾ വലിഞ്ഞു മുറുകി നില്ക്കുന്നത്. ഓരോ തന്ത്രിയുടെയും രണ്ടഗ്രങ്ങളും കൊളുത്തുകളിൽ ബലമായി കെട്ടിയിരിക്കുന്നു.

തന്ത്രികളിൽ നിന്ന് ധ്വനികൾ സൃഷ്ടിക്കാൻ രണ്ടു മാർഗ്ഗങ്ങളിലൊന്ന് സ്വീകരിക്കാവുന്നതാണ്. ഒന്ന്: അനുയോജ്യമായ ഒരു ലഘു ഉപകരണം (ദണ്ഡ്) കൊണ്ട് അടിക്കുക (Striking). മറ്റൊരു മാർഗ്ഗം തന്ത്രിയെ വിരലുകൊണ്ട് ചെറുതായി വലിച്ചു വിടുക (plucking). ഇതിലേതെങ്കിലും ഒന്ന് അനുവർത്തിച്ചാൽ തന്ത്രി കമ്പനം ചെയ്യുകയും അതിൽ നിന്നും ശബ്ദം (ധ്വനികൾ) പുറപ്പെടുകയും ചെയ്യുന്നു.

പാശ്ചാത്യലോകത്തുനിന്നും പെരുംപറ (Drum)യോടൊപ്പം ഭാരതത്തിൽ ആദ്യമെത്തിയ ഒരു സംഗീതോപകരണമാണ് 'ബ്യൂഗിൾ' (Bugle). ഇവ രണ്ടും ബ്രിട്ടീഷ് പട്ടാളക്കാരുടെ ബാൻഡിന്റെ ഭാഗമായിരുന്നു; പിന്നീട് ഇന്ത്യൻ പട്ടാളത്തിന്റേയും. ആഘോഷവേളകളിൽ ഇന്നും ഇവ സർവ്വ സാധാരണമായി ഉപയോഗിച്ചു വരുന്നു. ചിലർ ഇതിനെ കൊളോണിയൽ സംസ്കാരത്തിന്റെ അവശിഷ്ടമായി കരുതുന്നു.

സ്വാതന്ത്ര്യദിനമായ ആഗസ്ത് 15 ന് പതാക ഉയർത്തുമ്പോഴും ജനുവരി 26 ന് റിപ്പബ്ലിക് ദിന പരേഡിലും ബ്യൂഗിളിന്റെ സാന്നിദ്ധ്യം ഉണ്ടായിരിക്കും. സംസ്ഥാനങ്ങളിൽ ഗവർണർമാർ പങ്കെടുക്കുന്ന പരിപാടികളാണ് ഇവ രണ്ടും. കേരളത്തിൽ തലസ്ഥാന നഗരമായ തിരുവനന്തപുരത്ത് സെക്രട്ടേറിയറ്റ് മന്ദിരത്തിന്റെ പിന്നിലുള്ള ഗ്രൗണ്ടിലാണ് ഈ ചടങ്ങുകൾ സാധാരണയായി നടക്കുന്നത്.

4

തന്ത്രിവാദ്യങ്ങൾ

ചരിത്രാതീത കാലം മുതൽ മനുഷ്യർ ഉപയോഗിച്ചു വരുന്ന സംഗീതോപകരണങ്ങളാണ് തന്ത്രിവാദ്യങ്ങൾ. അനേകതരം തന്ത്രിവാദ്യങ്ങൾ നിലവിലുണ്ട്. അവ ഭൂമിശാസ്ത്രപരമായ പ്രത്യേകതകൾ ഉൾക്കൊള്ളുന്നവയുമാണ്. സിന്ധുനദീതടസംസ്കാരം നിലനിന്ന പ്രാചീനകാലത്തും തന്ത്രിവാദ്യങ്ങൾ നിലവിലുണ്ടായിരുന്നു എന്നതിന് തെളിവുകളുണ്ട്. തന്ത്രികളെയും അവയെ കമ്പനം ചെയ്യിക്കുന്നതിനുള്ള ചാപങ്ങളെയും ചിത്രീകരിക്കുന്ന മുദ്രകളും ലിഖിതങ്ങളും ഇവിടെ കണ്ടെത്തിയിട്ടുണ്ട്. ഒരുപക്ഷേ, ഇതാവണം ഈ വാദ്യോപകരണത്തെപ്പറ്റിയുള്ള ഏറ്റവും പുരാതനമായ പരാമർശം അഥവാ സൂചകങ്ങൾ.

ആദ്യകാലത്ത് പ്രചാരത്തിലുണ്ടായിരുന്ന വനവീണയ്ക്ക് 100 തന്ത്രികൾ ഉണ്ടായിരുന്നു. വാദനത്തിന് ഒരു മുളംതണ്ടാണ് ചാപമായിട്ടുപയോഗിച്ചിരുന്നത്. ഇത്തരമൊരുപകരണമായിരുന്നുവത്രെ കാശ്മീരികളുടെ സന്തൂർ. എന്നാൽ കൂടുതൽ പ്രചാരം നേടിയത് പിന്നീട് നിലവിൽ വന്ന ഏഴുതന്ത്രികൾ ഉള്ള 'സപ്ത തന്ത്രി വീണ' ആയിരുന്നു. ഇതുതന്നെയാണ് 'ചിത്രവീണ.' എന്നറിയപ്പെടുന്നതെന്നും പറയപ്പെടുന്നു. വിരലുകൾ കൊണ്ടായിരുന്നു ഇതിന്റെ തന്ത്രികളെ കമ്പനം ചെയ്യിച്ചിരുന്നത്.

അതേസമയം 9 തന്ത്രികളുള്ള വിപഞ്ചിക മീട്ടിയിരുന്നത് ഒരു പ്രത്യേക ദണ്ഡ് ഉപയോഗിച്ചായിരുന്നു. ഈ വാദ്യോപകരണങ്ങൾക്ക് രാമായണത്തിന്റെയും മഹാഭാരതത്തിന്റെയും പൗരാണികത്വം കല്പിക്കപ്പെടുന്നു. അമരാവതിയിലെ ചില ചുവർ ചിത്രങ്ങളിൽ ഇവയുടെ രൂപങ്ങൾ കാണാമത്രെ.

സംഗീതശാസ്ത്രസംബന്ധവും മനശ്ശാസ്ത്രപരവും ആയ ഒട്ടേറെ കാരണങ്ങളാൽ 9-ാം നൂറ്റാണ്ടോടെ, നിലവിലുണ്ടായിരുന്ന പല തന്ത്രി

വാദ്യോപകരണങ്ങളും അപ്രത്യക്ഷമാകുകയും അവയുടെ സ്ഥാനത്ത് മറ്റു ചില പുതിയവ ആവിർഭവിക്കുകയും ചെയ്തു. അന്നത്തെ സാഹചര്യങ്ങളെ അതിജീവിച്ച രണ്ടു വാദ്യവിശേഷങ്ങളാണ് സന്തൂർ, സ്വരമണ്ഡൽ എന്നിവ.

സന്തൂർ: കാഴ്ചയിൽ ഇതൊരു തടിപ്പെട്ടിയാണ്. മൂന്ന് തന്ത്രികൾ പെട്ടിയുടെ പുറത്ത് വലിച്ച് കെട്ടിയിട്ടുണ്ട്. ഓരോന്നും എല്ലാ സ്വരങ്ങളും പുറപ്പെടുവിക്കാൻ സമർത്ഥമാണ്. വാദനം ചെയ്യുന്നതിന് ഒരു ജോടി വളഞ്ഞ ദണ്ഡുകളാണുപയോഗിക്കുന്നത്. പെട്ടിയുടെ രണ്ടറ്റത്തും തന്ത്രികളുടെ അടിയിൽ ഓരോ കട്ട സ്ഥാപിച്ചിട്ടുണ്ട്.

സ്വരമണ്ഡൽ: ഇതും കാഴ്ചയിൽ ഒരു തടിപ്പെട്ടിയാണ്. സ്വരമണ്ഡലിന് 40 തന്ത്രികളാണുള്ളത്. എല്ലാം സ്വരങ്ങളുടെ ഉറവിടമാണ്. വിരലുകൾകൊണ്ടാണ് വാദനംചെയ്യുന്നത്. ഗായകൻ പാടുന്നതോടൊപ്പം തന്നെ ഈ സംഗീതോപകരണവും വാദനം ചെയ്യുന്നതാണ്.

ഒറ്റതന്ത്രിവാദ്യം: ഇതോടൊപ്പമോ ഒരുപക്ഷേ, അതിനുമുമ്പോ നിലവിൽ വന്ന ഉപകരണമാണ് ഒറ്റതന്ത്രിവാദ്യം. താളക്രമം ചിട്ടപ്പെടുത്താൻ ഇത് സഹായിക്കുന്നു.

തംബുരു: കർണ്ണാടക സംഗീതത്തിലെ ശ്രുതിവാദ്യമാണിത്. മുകളിൽ വിവരിച്ച നാടൻ വാദ്യോപകരണങ്ങളിൽനിന്നും പരിണമിച്ചുണ്ടായ തംബുരു ആധുനിക സംഗീതക്കച്ചേരികളുടെ അവശ്യഘടകമായ ഒരു പരിഷ്കൃത വാദ്യോപകരണമാണ്. ഒരു വലിയ ശബ്ദപേടകം (Sound box) ആണ് ഇതിന്റെ പ്രധാന ഭാഗം. പിന്നീടുള്ളത്, വിരലുകൾ ഓടിക്കാനുള്ള ബോർഡും (Finger board) സ്വരങ്ങൾ പുറപ്പെടുവിക്കാനുള്ള നാല് തന്ത്രികളും ആണ്. ലളിതമായ ഘടനയും സ്വരമേന്മയും ആണ് ഇതിന്റെ വിശിഷ്ടമായ ഗുണവിശേഷങ്ങൾ.

ആകൃതിയിൽ ഇതിന് ദക്ഷിണേന്ത്യൻ വീണയോട് സാദൃശ്യം ഉണ്ട്. കുത്തനെ പിടിച്ചാണ് ഇത് വാദനം ചെയ്യുന്നത്. കുടം പോലുള്ള അടിഭാഗം സാമാന്യേന നല്ല വലിപ്പമുള്ളതാണ്. കുടത്തിന്റെ വ്യാസം ഏതാണ്ട് പത്ത് ഇഞ്ച് മുതൽ ഒന്നര അടി (10”-1$^1/_2$’) വരെ ആകാറുണ്ട്. ഉപകരണത്തിന്റെ ആകപ്പാടെയുള്ള നീളം മൂന്നര അടി മുതൽ 5 അടി (3$^1/_2$ - 5’) വരെ സാധാരണമാണ്. പ്ലാവിൻ തടിയാണ് ഇതിന്റെ നിർമ്മാണത്തിന് ഏറ്റവും അനുയോജ്യം. നാല് ലോഹതന്ത്രികൾ ഉള്ളതിൽ മൂന്ന് എണ്ണം സ്റ്റീൽ കമ്പികളും നാലാമത്തേത് പിത്തളക്കമ്പിയും ആണ്.

വാദനം ചെയ്യുമ്പോൾ കുടം ഭാഗം വാദനംചെയ്യുന്ന ആളിന്റെ മുന്നിൽ തറയിലോ, അല്ലെങ്കിൽ തുടയിലോ അമർന്നിരിക്കും. ദക്ഷിണേന്ത്യയിൽ തഞ്ചാവൂർ, മൈസൂർ, തിരുവനന്തപുരം എന്നീ സ്ഥലങ്ങൾ തംബുരു നിർമ്മാണത്തിന് പ്രസിദ്ധമായ കേന്ദ്രങ്ങളാണ്. തഞ്ചാവൂരിൽ നിർമ്മിക്കുന്നവ അലങ്കാരങ്ങൾകൊണ്ട് വളരെയേറെ ആകർഷകങ്ങളുമാണ്.

സിത്താർ

ഒറ്റക്കമ്പി വാദ്യങ്ങളിൽ ഏറ്റവും പ്രസിദ്ധമായവ സിത്താർ, വീണ, സരോദ് എന്നിവയാണ്. ഇവയിൽ സിത്താർ ലോകത്തിൽ എല്ലായിടത്തും പ്രചാരത്തിലുള്ളതാണ്. പശ്ചിമ ഏഷ്യയിൽ നിന്നോ, മദ്ധ്യ ഏഷ്യയിൽ നിന്നോ ആയിരിക്കണം ഇത് ഇന്ത്യയിൽ എത്തിയത്. ഇന്ന് കച്ചേരികളിൽ ഉപയോഗിക്കുന്ന സിത്താർ വളരെ പരിഷ്കൃതമായ ഉപകരണമാണ്.

ഉത്തരേന്ത്യയിലും ദക്ഷിണേന്ത്യയിലും പ്രചാരത്തിലുള്ള സിത്താറുകൾ തമ്മിൽ ഘടനയുടെ വിശദാംശങ്ങളിൽ ചില വ്യത്യാസങ്ങൾ ഉണ്ട്. ഉത്തരേന്ത്യയിൽ ഏറ്റവും പ്രചാരമുള്ള തന്ത്രിവാദ്യമാണ് സിത്താർ. കാഴ്ചയിൽ ഇത് തംബുരുവിനോട് വളരെ രൂപസാദൃശ്യമുള്ളതാണ്. ഇതിന്റെ തടികൊണ്ടുള്ള ബോർഡിന് സാധാരണയായി മൂന്ന് അടിയോളം നീളം ഉണ്ടാകും. വീതി വളരെ കുറവാണ്.

ആദ്യകാലത്ത് സിത്താറിന് മൂന്ന് തന്ത്രികൾ മാത്രമാണുണ്ടായിരുന്നത്. ഇപ്പോഴത് ഏഴ് ആയി വർദ്ധിച്ചിട്ടുണ്ട്. കൂടാതെ അവയ്ക്കടിയിൽ നേർത്ത കുറേ തന്ത്രികൾകൂടി ഉണ്ടായിരിക്കും.

സിത്താർ വാദകൻ വലതുകൈയുടെ ചൂണ്ടുവിരലിനറ്റത്ത് കമ്പികൊണ്ടുള്ള ഒരു ക്ലിപ് (Clip) ധരിക്കാറുണ്ട്. ദീർഘനേരത്തെ വാദനത്തിന്റെ ഫലമായി വിരലിന് ക്ഷതമേല്ക്കാതിരിക്കാൻ വേണ്ടിയാണിങ്ങനെ ക്ലിപ് ധരിക്കുന്നത്. സിത്താർ കണ്ടുപിടിച്ചത് 13-ാം നൂറ്റാണ്ടിൽ ഡൽഹി ഭരിച്ചിരുന്ന ഒരു സുൽത്താന്റെ കൊട്ടാരത്തിലെ സംഗീത വിദ്വാ

നായിരുന്ന അമീർ ഖുസ്രു (Amir Khusru) ആണെന്നാണ് കരുതപ്പെടുന്നത്. ഈ ഉപകരണത്തിന് സിത്താർ എന്ന പേര് ലഭിച്ചത് 'മൂന്നു തന്ത്രികൾ' എന്ന് അർത്ഥം വരുന്ന പേർഷ്യൻ ഭാഷാ പദത്തിൽനിന്നുമാണ്. തുടക്കത്തിൽ ഇതിന് മൂന്നു തന്ത്രികൾ ആണല്ലോ ഉണ്ടായിരുന്നത്.

ഗുലാം മുഹമ്മദ് ഖാൻ, ബാബുജാൻ, ബർക്കത്ത് അലി, ഉസ്താദ് യൂസഫ് അലിഖാൻ എന്നീ പ്രശസ്തരായ സിത്താർ വാദകരുടെ പേരുകൾ സ്മരണീയമാണ്.

സുർബഹാർ

ഉത്തരേന്ത്യയിൽ വളരെ പ്രചാരത്തിലുള്ള തന്ത്രിവാദ്യവിഭാഗത്തിൽപെടുന്ന ഒരു സംഗീതോപകരണമാണ് 'സുർബഹാർ'. ഇത് നിലവിൽ വന്നിട്ട് ഏറെക്കാലമായിട്ടില്ല. കഷ്ടിച്ച് ഒന്നര നൂറ്റാണ്ട് ആയിക്കാണും.

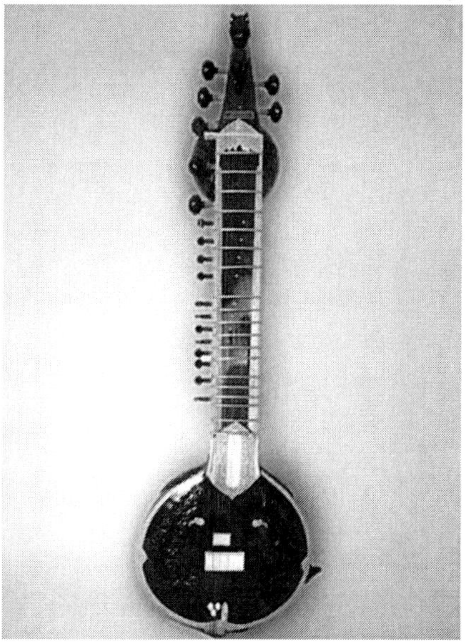

യഥാർത്ഥത്തിൽ ഇത് വലിപ്പം കൂടിയ ഒരു സിത്താർ ആണെന്നു പറയാം. തടികൊണ്ടുണ്ടാക്കിയ ഒരു ബോർഡിലാണ് തന്ത്രികൾ വലിച്ചുകെട്ടിയിരിക്കുന്നത്. ഇതിന്റെ പ്രയോഗത്തിന്റെ വിശദാംശങ്ങൾ സിത്താറിന്റേതിൽ നിന്നും വ്യത്യസ്തമല്ല.

ഹിന്ദുസ്ഥാനി സംഗീതത്തിന് ഏറ്റവും അനുയോജ്യമായ പശ്ചാത്തല വാദ്യോപകരണമാണ് സുർബഹാർ.

ഗുലാം മുഹമ്മദ് ഖാനും പുത്രൻ സജ്ജദ് ഹുസൈ നും പ്രശസ്തരായ സുർബഹാൻ വാദകരായിരുന്നു.

സരോദ്

ഉത്തരേന്ത്യയിൽ വ്യാപകമായി പ്രചാരത്തിലുള്ള മറ്റൊരു തന്ത്രിവാദ്യമാണ് സരോദ്. ഇതിന്റെ ജന്മസ്ഥലം ഏതാണെന്ന് കൃത്യമായിട്ടറിയില്ല. മദ്ധ്യ പൂർവ്വേഷ്യൻ രാജ്യങ്ങളിലെവിടെയോ ആയിരിക്കണമെന്ന അഭ്യൂഹം നിലവിലുണ്ട്.

ഇന്ത്യൻ സംഗീതത്തിന്റെ സൂക്ഷ്മാംശങ്ങളുടെ ആവിഷ്കാരത്തിന് ഏറ്റവും അനുയോജ്യമായ ഉപകരണമാണ് സരോദ് എന്നാണ് വിദഗ്ദ്ധരുടെ അഭിപ്രായം. ചെറിയ തോതിൽ ഘടനാപരമായ മാറ്റങ്ങൾ വരുത്തി. രാജ്യത്തിന്റെ നാനാഭാഗങ്ങളിലും പ്രചാരത്തിലുള്ള സംഗീതസമ്പ്രദായ

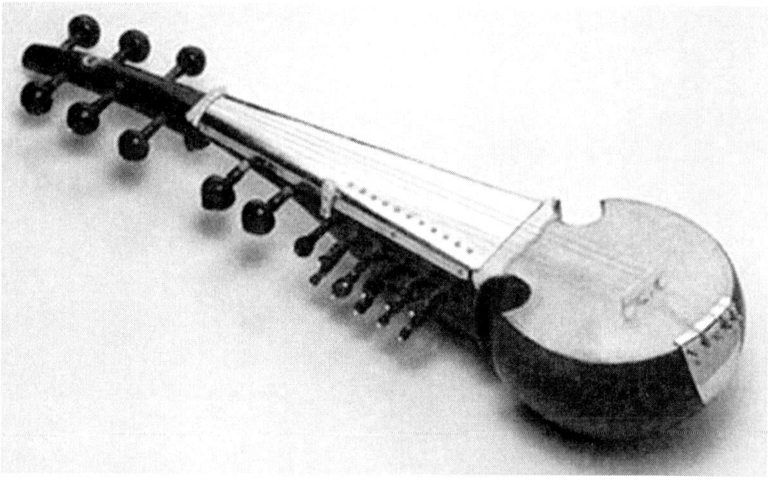

ങ്ങൾക്ക് അനുയോജ്യമായ ഉപകരണമെന്ന നിലയിൽ ഇത് ഉപയോഗിച്ചുവരുന്നു.

തടിയിൽ നിർമ്മിക്കുന്ന സരോദിന് ഏതാണ്ട് മൂന്നു മൂന്നര അടി നീളം വരും. ഒരറ്റം ഉരുണ്ടതാണ്. അതിന്റെ വ്യാസം ഏകദേശം ഒരടി ഉണ്ടാകും. ആറ് തന്ത്രികളുണ്ട്. എല്ലാം ലോഹക്കമ്പികളാണ്. ഇരുകൈകളിലെയും വിരലുകൾ ഉപയോഗിച്ചാണ് സരോദിന്റെ വാദനം നിർവ്വഹിക്കുന്നത്. ഉപകരണ സംഗീതത്തിന്റെ പല സവിശേഷതകളും സരോദിലൂടെ പ്രകടമാക്കാൻ കഴിയും. ഓർക്കെസ്ട്രയിലെ മറ്റുപകരണങ്ങളുമായി സരോദ് പൂർണ്ണമായും പൊരുത്തപ്പെട്ടുപോകുന്നു എന്നത് അതിന്റെ മേന്മയുടെ നിദർശനമാണ്.

ഒരു നൂറ്റാണ്ടിനുമുമ്പ് ഖാൻസാഹിബ് അബ്ദുള്ള ഖാൻ എന്ന സംഗീത വിദ്വാൻ ഈ ഉപകരണം ബംഗാളിൽ കൊണ്ടുവരുകയും അതിന്റെ പ്രചാരത്തിനായി പ്രവർത്തിക്കുകയും ചെയ്തതായി പറയപ്പെടുന്നു. അക്കാരണത്താലാകണം സരോദ് നിർമ്മാണത്തിന് ബംഗാൾ പ്രസിദ്ധമായിത്തീർന്നത്. പില്ക്കാലത്ത് ഉത്തർപ്രദേശും പഞ്ചാബും മറ്റു ചില സ്ഥലങ്ങളും ഈ രംഗത്ത് ശ്രദ്ധേയമായ പുരോഗതി കൈവരിച്ചിട്ടുണ്ട്.

വിചിത്രവീണ

ഇന്ത്യൻ തന്ത്രിവാദ്യങ്ങളുടെ കൂട്ടത്തിൽ താരതമ്യേന പുതുമുഖമെന്നു വിശേഷിപ്പിക്കാവുന്നതാണ് വിചിത്ര വീണ. ഉത്തരേന്ത്യയിലാണ് ഇത് മുഖ്യമായും പ്രചാരത്തിലുള്ളത്. അവിടെയും വളരെ വ്യാപകമായി കാണുന്ന ഒന്നല്ല ഇത്. തടിയിലുള്ള നീണ്ട ഭാഗവും തന്ത്രികളും ചേർന്നതാണ് ഇതിന്റെ ഘടന. തന്ത്രികൾ സ്റ്റീലിലോ പിത്തളയിലോ ഉണ്ടാക്കി

യതായിരിക്കും. മുഖ്യതന്ത്രികളെക്കൂടാതെ പന്ത്രണ്ടോളം ഉപതന്ത്രികളും ഉണ്ടായിരിക്കുമെന്നുള്ളതാണ് ഇതിന്റെ ഒരു സവിശേഷത. ഇവയാകട്ടെ പല നീളത്തിലുള്ളവയാണ്. ദക്ഷിണേന്ത്യയിലെ ഗോട്ടുവാദ്യത്തിന്റെ മിക്ക വാറും എല്ലാ മേന്മകളും വിചിത്രവീണയ്ക്കുണ്ടത്രെ. വിചിത്ര വീണ കണ്ടുപിടിച്ചത് ഉസ്താദ് അബ്ദു അസീസ് ഖാൻ എന്ന കൊട്ടാരം ഗായ കൻ ആയിരുന്നു. ദക്ഷിണേന്ത്യയിലെ ഗോട്ടുവാദ്യവുമായി അസീസ് ഖാൻ പരിചിതനായിരുന്നു. ഈ പരിചയം വിചിത്ര വീണയുടെ രൂപകല്പന യിലും നിർമ്മാണത്തിലും സഹായകമായി ഭവിച്ചിരിക്കാമെന്നു കരുത പ്പെടുന്നു.

ഗോട്ടുവാദ്യം

ദക്ഷിണേന്ത്യയിൽ സംഗീത പരിപാടികളിൽ സർവ്വസാധാരണമായി ഉപയോഗിച്ചിരുന്ന തന്ത്രിവാദ്യങ്ങളിലൊന്നായിരുന്നു ഗോട്ടുവാദ്യം. വീണ യോട് സാദൃശ്യമുള്ള ഒരുപകരണമാണിത്. തടിയിൽ നിർമ്മിച്ച ബോർഡും ആറു തന്ത്രികളും ചേർന്നതാണ് ഇതിന്റെ ഘടന. വിചിത്ര വീണയോട് ഇതിന് രൂപസാദൃശ്യമുണ്ട്. എന്നാൽ ശബ്ദം കുറേക്കൂടി ആഴ മുള്ളതാണ്. സിലിണ്ടർ ആകൃതിയിലുള്ളതും നന്നായി മിനുസപ്പെടുത്തി യതുമായ ഒരു തടിക്കട്ട തന്ത്രികളിലൂടെ നീക്കിയാണ് വാദനം ചെയ്യു ന്നത്. ദക്ഷിണേന്ത്യൻ വീണയിൽ കൈകാര്യം ചെയ്യുന്ന ഗാനാലാപനം, താനം, പല്ലവി തുടങ്ങിയവ എല്ലാ സംഗീത രൂപങ്ങളും ഗോട്ടുവാദ്യത്തിലും വാദനം ചെയ്യാൻ കഴിയും. ഭൂരിഭാഗം 'ഗമക'ങ്ങളും ഗോട്ടുവാദ്യത്തിൽ അതീവ ഹൃദ്യമായി വാദനം ചെയ്യാൻ സാദ്ധ്യമാണ്. ഒറ്റയ്ക്കു വാദനം ചെയ്യാനുള്ള ഉപകരണമാണ് ഗോട്ടുവാദ്യം.

കഴിഞ്ഞ ഒരു ശതാബ്ദക്കാലത്തോളമായി ഗോട്ടുവാദ്യം ദക്ഷിണേ ന്ത്യയിൽ പ്രചാരത്തിലുണ്ട്. കാവേരി നദീതീരത്തുള്ള ഒരു ഗ്രാമത്തിൽ ജീവിച്ചിരുന്ന പ്രശസ്തനായ സംഗീതവിദ്വാൻ സഖരം റാവു (Sakharam

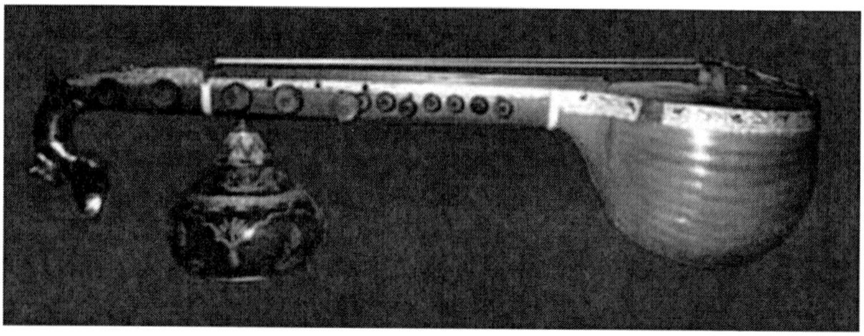

Rao) വാണ് ഇതിന് പ്രചാരം കൊടുത്തത്. പിന്നീട് ഭാരതത്തിലാകമാനം പ്രചരിപ്പിക്കുവാനുള്ള ദൗത്യം ഏറ്റെടുത്തത് മൈസൂർ രാജകൊട്ടാരത്തിലെ സംഗീത വിദ്വാനായ നാരായണ അയ്യങ്കാർ ആയിരുന്നു.

ദക്ഷിണേന്ത്യയിൽ തഞ്ചാവൂർ ആണ് ഗോട്ടുവാദ്യത്തിന്റെ നിർമ്മാണ കേന്ദ്രം. ഇവിടെ കാഴ്ചയിൽ മനോഹരമായ ഗോട്ടുവാദ്യങ്ങൾ വൻതോതിൽ നിർമ്മിച്ചുവരുന്നു.

സാരംഗി

ഉത്തരേന്ത്യയിൽ ധാരാളമായി കാണുന്ന ഒരു തന്ത്രിവാദ്യമാണ് സാരംഗി. തനിയെയും ഓർക്കസ്ട്രയുടെ ഭാഗമായും ഇത് വാദനം ചെയ്യാറുണ്ട്. മനുഷ്യശബ്ദത്തോട് നല്ല സാമ്യമുള്ളതാണെന്ന പ്രത്യേകതയും സാരംഗിയുടെ ശബ്ദത്തിനുണ്ട്. ഒരു മരക്കഷണത്തിൽനിന്നും മദ്ധ്യഭാഗം തുരന്നുമാറ്റിയാണ് അത് സാരംഗിയുടെ നിർമ്മാണത്തിനു സജ്ജമാക്കുന്നത്. നീളം രണ്ട് അടിയോളം വരും. മൂന്നു തന്ത്രികളാണുള്ളത്. വ്യത്യസ്ത കനം ഉള്ള കമ്പികളാണിവ.

ഗായകന്റെ മടിയിൽ വച്ച്, കുത്തനെ പിടിച്ചാണ് സാരംഗി വാദനം ചെയ്യുന്നത്. ഉപകരണത്തിന്റെ മുകൾഭാഗം ഇടതുതോളിൽ അമർന്നിരിക്കും. ഒരു കുതിരവാൽ ചാപം (bow) ഉപയോഗിച്ചാണ് സാരംഗി വാദനം ചെയ്യുന്നത്. ഇടതുകൈയിലെ വിരലുകൾ തന്ത്രികളുടെ വശങ്ങളിലൂടെ കീഴ്മേൽ സഞ്ചരിക്കും. മുഖ്യതന്ത്രികളുടെ അടിയിൽ കുറേയേറെ ഉപതന്ത്രികൾ ഉണ്ടായിരിക്കും. എല്ലാ തന്ത്രികളും സ്റ്റീലോ പിത്തളയോ കൊണ്ടുണ്ടാക്കിയവയാണ്.

17-ാം നൂറ്റാണ്ടിലായിരിക്കണം ഇന്നു കാണുന്ന രീതിയിലുള്ള സാരംഗി നിലവിൽ വന്നതെന്നാണ് വിദഗ്ദ്ധാഭിപ്രായം. മുഗൾ ചക്രവർത്തിമാരുടെ കൊട്ടാരങ്ങളിൽ ഈ വാദ്യോപകരണങ്ങൾ ഉണ്ടായിരുന്നതായി രേഖകളില്ല. ഇത് എക്കാലവും ഒരു നാടൻ സംഗീതോപകരണം ആയിരുന്നെന്ന് അക്കാരണത്താൽ ഊഹിക്കാവുന്നതാണ്. സാധാരണ ജനങ്ങളുടെ ഇടയിൽ പ്രചാരത്തിലിരുന്ന ഒരു തനി നാടൻ സംഗീതോപകരണം!

സംഗീതത്തെപ്പറ്റി പ്രതിപാദിക്കുന്ന സംഗീത *രത്നാകരം, ബസവ പുരാണം, സംഗീത ദർപ്പണം* തുടങ്ങിയ പഴയ ഗ്രന്ഥങ്ങളിൽ സാരംഗ, സാരംഗി, സാരംഗ വീണ എന്നീ പേരുകളാണ് ഈ ഉപകരണത്തിന് കൊടുത്തിട്ടുള്ളത്.

ഗിത്താർ

ആധുനിക രീതിയിലുള്ള ഗിത്താർ ആദ്യമായി നിർമ്മിച്ചത് സ്പാനിഷ് മരപ്പണിക്കാരനായ അന്റോണിയോ ജുറാഡോ ആയിരുന്നു. ഒരു സുന്ദരിയായ യുവതിയുടെ രൂപഭംഗി ആണ് അതിന് പ്രചോദനമായിരുന്നത് എന്നു പറയപ്പെടുന്നു. വിശേഷിച്ചും അവളുടെ അരക്കെട്ടിന്റെ ഒതുക്കം. ഇന്നും രൂപ കല്പനയിൽ അടിസ്ഥാനപരമായി മാറ്റം ഒന്നും സംഭവിച്ചിട്ടില്ല.

ഒരേ വർഗ്ഗത്തിലെ ജീവികളിൽ രണ്ടെണ്ണം ഒരിക്കലും ഒരുപോലെ കാണപ്പെടാത്തതുപോലെ തടി എന്ന ജൈവവസ്തുകൊണ്ടു നിർമ്മിക്കുന്ന രണ്ടു ഗിത്താറുകൾ ഒരിക്കലും ഒരുപോലെ ആയിരിക്കുകയില്ല

എന്നു നിരീക്ഷിക്കപ്പെട്ടിട്ടുണ്ട്.

ഒരു തന്ത്രിയുടെ കമ്പനത്തിൽനിന്നും ഉത്ഭവിക്കുന്ന ശബ്ദ (സ്വര)ത്തെ വേണ്ടുവോളം ശക്തിപ്പെടുത്തുന്ന ഘടനാ വിശേഷമാണ് ഗിത്താറിന്റേത്. ഭൗതികശാസ്ത്രത്തിന്റെ ഭാഷയിൽ പറഞ്ഞാൽ പരസ്പരം ബന്ധിപ്പിക്കപ്പെട്ട കുറേ ദോലകങ്ങൾ (Coupled Oscillators) ഒരേ സമയം പ്രവർത്തനക്ഷമമാകുന്നതുപോലുള്ള സ്ഥിതിവിശേഷം.

ഗിത്താറിലെ ഏറ്റവും പ്രധാനപ്പെട്ട ശബ്ദസ്രോതസ്സ് അതിന്റെ ശബ്ദഫലകം (Sound board) ആണ്. അതിനാൽ അത് നിർമ്മിക്കുന്നതിനുള്ള തടി ശ്രദ്ധാപൂർവ്വം തെരഞ്ഞെടുക്കേണ്ടതുണ്ട്. ദേവദാരു വൃക്ഷ (Cedar)ത്തിന്റെ തടിയാണ് ഏറ്റവും ഉത്തമം. കുറച്ചുകാലം മുമ്പ് പരക്കെ മാധ്യമശ്രദ്ധ ആകർഷിച്ച "ബീറ്റിൽ സംഗീത"ത്തെപ്പറ്റിയുള്ള മാധ്യമ വാർത്ത വായനക്കാർ ഓർക്കുമല്ലോ. ബീറ്റിൽ സംഗീത (Beatle music)ത്തിന് അകമ്പടി സേവിച്ചിരുന്ന ഒരു പ്രധാന ഉപകരണം ഗിത്താർ ആയിരുന്നു. ഓരോ ഗായകന്റെയും കൈയിൽ ഒരു ഗിത്താർ ഉണ്ടായിരുന്നു.

അവരുടെ 'ഇന്നലെ' (Yesterday) എന്ന ഗാനത്തിന് ഗിത്താർ ആയിരുന്നു അകമ്പടി എങ്കിൽ, 'നിങ്ങളുടെ അകത്തും, നിങ്ങളുടെ പുറത്തും' (Within you, without you) എന്നതിന് സിത്താറും സാരാംഗിയും തബലയും ആയിരുന്നു. 'ജന്മദിനം' (Birthday) എന്ന ഗാനത്തിന് ഗിത്താറുകളും ഡ്രമ്മുകളും 'കറുത്തപക്ഷി' (Blackbird)ക്ക് ഗിത്താർ മാത്രവും. യാതൊരു വിധ നിയന്ത്രണവുമില്ലാത്ത സ്റ്റേജ് പ്രകടനങ്ങളായിരുന്നു അവരുടേത് എന്നത് ഇവിടെ പ്രസക്തമല്ല.

വയലിൻ (Violin)

കുറേ തന്ത്രികളുള്ള ഒരു വാദ്യോപകരണമാണ് വയലിൻ. ഏറെക്കുറെ അടഞ്ഞ ഒരു തടിപ്പെട്ടിയിലാണ് ഈ തന്ത്രികൾ ഉറപ്പിച്ചിരിക്കുന്നത്. നാലുവശവും അടച്ച ശബ്ദപേടകത്തിന്റെ മുൻവശത്തെ ഫലകത്തിൽ നല്ല ഭംഗിയായി രൂപപ്പെടുത്തിയ ഒരു ജോടി സുഷിരങ്ങൾ ഉണ്ട്. ഇവ f ദ്വാരങ്ങൾ (f-holes) എന്നറിയപ്പെടുന്നു. ഇവയ്ക്കു പുറമെ ഒരു 'ബ്രിഡ്ജും' (bridge) അതിന്റെ സമീപത്ത് അല്പം വലത്തോട്ടുമാറി കുത്തനെ സ്ഥാപിച്ചിട്ടുള്ള 'സൗണ്ട് പോസ്റ്റ്' (Sound post) എന്നറിയപ്പെടുന്ന ദണ്ഡും ചേർന്നതാണ് ഈ ഉപകരണത്തിന്റെ ഘടന.

ഒരു വളഞ്ഞ വില്ല് (bow) ഉപയോഗിച്ചാണ് വയലിൻ വാദനം ചെയ്യുന്നത്. തന്ത്രിയുടെ മുറുക്കം കൂട്ടുകയോ കുറയ്ക്കുകയോ ചെയ്യാൻ സംവിധാനമുണ്ട്. വാദനം ആരംഭിക്കുന്നതിനുമുമ്പ് തന്ത്രിയുടെ ഉപരിതലം ഒരു പ്രത്യേകതരം തുണി ഉപയോഗിച്ച് തുടയ്ക്കുന്നു.

രണ്ടറ്റവും ദൃഢമായി ഉറപ്പിച്ചിട്ടുള്ള തന്ത്രികളിൽ കമ്പനം (Vibration) സൃഷ്ടിച്ചാണ് നാദം പുറപ്പെടുവിക്കുന്നത്. കമ്പനത്തിന്റെ ആവൃത്തി (frequency) തന്ത്രിയുടെ വലിവ് ബല (tension) ത്തിന് ആനുപാതികവും

കമ്പനംചെയ്യുന്ന തന്ത്രിഖണ്ഡത്തിന്റെ നീളത്തിന് വിപരീതാനുപാതികവും ആയിരിക്കും. മാത്രമല്ല, ഇത് ഏതു പദാർത്ഥം (material) ആണെന്നതിനെയും ആശ്രയിച്ചിരിക്കും.

വയലിൻ തന്ത്രിയെ ഏതു വിധത്തിൽ കമ്പനം ചെയ്യിച്ചാലും അത് ഒരേ സ്വരമായിരിക്കും പുറപ്പെടുവിക്കുക. ചാപ പ്രയോഗം തന്ത്രികളിൽ സ്വതന്ത്ര കമ്പനം (free vibrations) ആയിരിക്കും സൃഷ്ടിക്കുന്നത് എന്നാണ് ഇതിനർത്ഥം.

ശബ്ദ ദണ്ഡ് (sound post) ആണ് വയലിന്റെ മർമ്മ പ്രധാനമായ ഭാഗം. അതിന്റെ സ്ഥാനം, ആകൃതി, എന്ത് തടികൊണ്ടാണ് അത് ഉണ്ടാക്കിയിരിക്കുന്നത് എന്നീ കാര്യങ്ങളാണ് വയലിന്റെ നാദഗുണവും മൊത്തത്തിലുള്ള പ്രവർത്തനമേന്മയും നിശ്ചയിക്കുന്നത്.

സി വി രാമന്റെ പരീക്ഷണങ്ങൾ

രാമൻപ്രഭാവം (Raman Effect) കണ്ടുപിടിച്ചതിനാണ് സർ സി വി രാമന് നോബൽ സമ്മാനം (Nobel Prize) ലഭിച്ചതെന്ന് നമുക്കറിയാം.

എന്നാൽ ഭൗതികശാസ്ത്രജ്ഞനായ രാമന്റെ ആദ്യകാല ഗവേഷണങ്ങൾ തന്ത്രിവാദ്യങ്ങളിലെ തന്ത്രികളുടെ കമ്പനം സംബന്ധിച്ചായിരുന്നു എന്ന് പലർക്കും അറിയില്ല. 1914 മുതൽ 1918 വരെ നാലുവർഷക്കാലം രാമൻ ഈ പഠനങ്ങളിൽ മുഴുകിയിരുന്നു. ഈ പഠനങ്ങൾ വയലിൻ വിഭാഗത്തിൽ പെട്ട സംഗീതോപകരണങ്ങളുമായി ബന്ധപ്പെടുത്തി ആയിരുന്നു.

രാമന്റെ പഠനങ്ങളിൽനിന്നും താഴെപ്പറയുന്ന കാര്യങ്ങൾ വ്യക്തമായി:

വായു ഉൾക്കൊള്ളുന്നതും, സുഷിരങ്ങൾ ഉള്ളതും ഭംഗിയായി രൂപകല്പന ചെയ്ത് തടിയിൽ നിർമ്മിച്ചിട്ടുള്ള ഒരു പേടകവും അതിന്മേൽ വലിച്ചു മുറുക്കി ഉറപ്പിച്ചിട്ടുള്ള തന്ത്രികളും ചേർന്ന ഒരു വാദ്യോപകരണമാണ് വയലിൻ. ഓരോ തന്ത്രിക്കും അതിന്റെ സ്വാഭാവിക ഫ്രീക്വൻസിയിൽ കമ്പനം ചെയ്യാൻ കഴിയും. അതുവഴി സൃഷ്ടിക്കപ്പെടുന്ന സ്വരത്തിന്റെ തീവ്രത (intensity) ക്രമേണ വായുവിൽ ലയിച്ച് ഇല്ലാതാകും. എന്നാൽ ഫ്രീക്വൻസിക്ക് വ്യത്യാസം ഉണ്ടാകുകയില്ല. തുടർന്ന് ഉടലെടുക്കുന്ന അനുനാദ കമ്പനാവസ്ഥ ഏതെങ്കിലും ഒരു പ്രത്യേക ആവൃത്തിയിലുള്ള സ്വരത്തെ ശക്തിപ്പെടുത്തുന്നു. ഇത് ആശാസ്യമല്ല. കാരണം എല്ലാ സ്വാഭാവിക അനുനാദ ആവൃത്തികൾക്കും തുല്യപ്രാധാന്യമാണുള്ളത്. ഇവയുടെ സമഗ്രതയാണ് വയലിന്റെ സ്വരമേന്മയ്ക്ക് ആധാരം. രാമന്റെ പഠനത്തിൽ നിന്നും വയലിന്റെ സാധാരണ പ്രവർത്തനത്തിന് പ്രയോഗിക്കേണ്ട ചാപ മർദ്ദവും ഫ്രീക്വൻസിയും തമ്മിൽ നിയതമായ ബന്ധമുണ്ടെന്ന് വ്യക്തമായി.

സി വി രാമന്റെ കണ്ടെത്തലുകളെ ഇങ്ങനെ സംഗ്രഹിക്കാം:

(1) സംഗീതനാദം ജനിപ്പിക്കാൻ പ്രയോഗിക്കേണ്ട ചാപമർദ്ദം ബ്രിഡ്ജിൽനിന്നും ചാപത്തിലേക്കുള്ള ദൂരത്തിന് വിപരീതാനുപാതത്തിലായിരിക്കണം. അതായത് ബ്രിഡ്ജിനോടടുത്ത സ്ഥാനങ്ങളിൽ മർദ്ദം കൂടുതൽ പ്രയോഗിക്കണം; അകന്നു പോകുന്തോറും മർദ്ദം കുറച്ചു മതിയാകും.

(2) ചാപ പ്രയോഗത്തിന്റെ വേഗത വളരെ കുറവാണെങ്കിൽ പ്രയോഗിക്കേണ്ട മർദ്ദം അതിനനുസരിച്ച് കുറച്ചു മതിയാകും. മറിച്ച് വേഗത കൂടുമ്പോൾ ചാപമർദ്ദവും കൂടണം.

(3) ആവൃത്തി അനുസരിച്ചും ചാപമർദ്ദം ക്രമപ്പെടുത്തേണ്ടതുണ്ട്. അനുനാദ ആവൃത്തികളിൽ പരമാവധി മർദ്ദം പ്രയോഗിക്കണം.

സ്വരമേന്മ (Quality of Tone)

ചാപത്തിന്റെ സ്ഥാനം, പ്രയോഗിക്കുന്ന മർദ്ദം, ചാപത്തിന്റെ ചലന വേഗത എന്നിവയെ അനുസരിച്ചാണ് ലഭ്യമാകുന്ന സ്വരമേന്മ. സ്വരതീവ്രതയും ചാപത്തിന്റെ സ്ഥാനത്തെ ആശ്രയിച്ച് മാറുന്നതാണ്. മർദ്ദവും വേഗതയും സ്ഥിരമായിരിക്കെ അകലം കുറയുമ്പോൾ തീവ്രത കൂടുന്നു. ചാപ പ്രയോഗത്തിന്റെ വേഗത കൂട്ടിയാൽ സ്വര തീവ്രതയും കൂടി.

തടിയുടെ സംരക്ഷണത്തിനായി പൂശിയിട്ടുള്ള വാർണീഷ് അതിന്റെ ദ്രവ്യമാനത്തിലും മറ്റു ഭൗതിക ഗുണങ്ങളിലും സ്വാഭാവികമായും മാറ്റം വരുത്തും. തടിയിൽ വാർണീഷ് പ്രവേശിക്കുന്നതോടെ അതിൽനിന്നും ജലാംശം നഷ്ടപ്പെടും. അതിനാൽ വാർണീഷ് പൂശിക്കഴിഞ്ഞാൽ വയലിന്റെ ഭാരത്തിന് അല്പം കുറവ് സംഭവിക്കും. അതുപോലെതന്നെ തടിയുടെ ഇലാസ്തികതയും (Elasticity) കുറയും. അതുമൂലം അതിന്റെ ദൃഢത (Stiffness)കൂടും, അഥവാ വഴക്കം നഷ്ടമാകും. ഈ രണ്ടു ഭൗതിക മാറ്റങ്ങളും പരസ്പര വിരുദ്ധമായ പ്രതിഭാസങ്ങളാകയാൽ കമ്പനനിരക്കിനെ അവ ബാധിക്കുകയില്ല. വാർണീഷ് പൂശുന്നതുകൊണ്ട് സ്വരങ്ങളുടെ ഗുണം മെച്ചപ്പെടുമെന്നാണ് വയലിൽ നിർമ്മാതാക്കൾ പറയുന്നത്.

ഉപകരണത്തിന്റെ ഗുണമേന്മ പരീക്ഷിച്ചറിയാൻ അതിന്റെ ഒരു തന്ത്രിമാത്രം മീട്ടണം. മേന്മയേറിയ ഉപകരണം അപ്പോൾ ഒരു മണിനാദം പുറപ്പെടുവിക്കും. സ്വരമേന്മയാണ് ഒരു വയലിൻ തെരഞ്ഞെടുക്കുമ്പോൾ ശ്രദ്ധിക്കേണ്ട കാര്യം. 'ഗമക'ങ്ങളും വയലിനിലൂടെ അത് പ്രകടമാക്കുന്നതും വളരെ പ്രധാനമാണ്. അതുപോലെതന്നെ പ്രധാനമാണ് ഇടതുവലത് കൈകളുടെ സംയോജിതമായ പ്രവർത്തനം. "ശരിയായ രീതിയിൽ ചാപം ഉപയോഗിച്ചെങ്കിൽ മാത്രമേ അഭികാമ്യമായ നാദഗുണം ഉറപ്പാക്കാൻ കഴിയുകയുള്ളൂ. തന്ത്രികളുടെ മുകളിലൂടെ ചാപം വെറുതെ ചലിപ്പിച്ചാൽ പോരാ." വിദഗ്ദ്ധനായ ഒരു വയലിൻ വാദകന്റെ വാക്കുകളാണ്. തന്ത്രികൾ മീട്ടി സ്വരങ്ങൾ പുറപ്പെടുവിക്കാൻ നാല് വിരലുകൾ ലഭ്യമാണ്. എന്നാൽ ചിലർ, വിശേഷിച്ചും തുടക്കക്കാർ പലപ്പോഴും ഒരു വിരൽ മാത്രമേ ഉപയോഗിക്കാറുള്ളൂ. നിരുത്സാഹപ്പെടുത്തേണ്ട പ്രവണതയാണിത്.

വയലിൻ വാദന രംഗത്ത് പല പ്രഗത്ഭമതികളും ഉണ്ടായി എങ്കിലും അവരുടെ 'ടെക്നിക്കുകൾ' പിൻതലമുറയ്ക്ക് ലഭിക്കാതെ നഷ്ടമായി. ഗുരു സ്ഥാനീയർ സ്വയം മുന്നോട്ടുവന്ന് തങ്ങളുടെ അറിവ് യുവതലമുറയ്ക്ക് പകർന്നു നല്കാൻ ശ്രദ്ധിക്കേണ്ടതാണ്. മുതിർന്നവരുടെ അനുഭവ സമ്പത്തിൽനിന്നും ലഭിക്കുന്ന അറിവ് സ്വായത്തമാക്കിയെങ്കിൽ മാത്രമേ സ്വന്തം നിലയിൽ പിൻഗാമികൾക്ക് പുതിയ സങ്കേതങ്ങൾ കണ്ടെത്താനും വളർത്തി എടുക്കാനും കഴിയുകയുള്ളൂ.

മുകളിൽ സൂചിപ്പിച്ച ലക്ഷ്യം മുൻനിർത്തി ഒരു സ്ഥാപനം തന്നെ തുടങ്ങാൻ ആരെങ്കിലും മുൻകൈ എടുക്കുമെങ്കിൽ അത് തികച്ചും സ്വാഗ

താർഹമായിരിക്കും. ഉപകരണ സംഗീതത്തെ സംബന്ധിച്ച് വിശേഷിച്ചും ഇത്തരം സംരംഭങ്ങൾ വലിയ മുതൽക്കൂട്ടായിരിക്കുമെന്ന് പ്രത്യേകം പറയേണ്ടതില്ലല്ലോ.

അങ്ങനെയൊരു സ്ഥാപനത്തിന്റെ തണലിൽ ചിട്ടയോടെയുള്ള പഠനം സാദ്ധ്യമാണെന്നു വന്നാൽ അവിടെ പ്രവേശനം നേടുന്നതിന് താല്പര്യമുള്ളവർ ധാരാളം ഉണ്ടാകും. ദൂര ദേശങ്ങളിൽ നിന്നുപോലും പഠിതാക്കൾ അവിടെ എത്തിച്ചേരുമെന്ന കാര്യത്തിൽ സംശയമില്ല.

ഉപകരണ സംഗീതത്തിന്റെ എല്ലാമേഖലകളിലും ഉപരിപരിശീലനം ലഭ്യമാക്കുന്ന ഒരു സ്ഥാപനമായിരിക്കണം അത്. ഇപ്പോൾ ഇത്തരം സ്ഥാപനങ്ങൾ നിലവിലുണ്ടെങ്കിൽ അവ ഈ ലക്ഷ്യങ്ങൾ മുൻനിർത്തി സ്ഥാപിച്ചവ ആയിരിക്കുമല്ലോ.

പിയാനോ (Piano)

1709 ൽ ക്രിസ്റ്റോ ഫോറി എന്ന ഇറ്റലിക്കാരനാണ് പിയാനോ കണ്ടുപിടിച്ചത്. അധികം താമസിയാതെ ജർമ്മനിയിലെ പ്രശസ്ത ഓർഗൻ നിർമ്മാതാവായ ഗോട്ട് ഫ്രൈഡ് സിൽബെർമാൻ വില്പനയ്ക്കായി വൻതോതിൽ പിയാനോ നിർമ്മിക്കുകയുണ്ടായി. ഉച്ചത്തിലുള്ള പരുഷമായ ശബ്ദം ആദ്യകാലത്ത് പലർക്കും ഹിതകരമായി തോന്നിയിരുന്നില്ല. എന്നാൽ കാലക്രമേണ ബാക്ക്, മൊസാർട്ട്, ബീഥോവൻ തുടങ്ങിയ പ്രഗത്ഭരുടെ അംഗീകാരം നേടി എടുക്കാൻ ഇതിനു കഴിഞ്ഞുവത്രെ.

ഓർക്കസ്ട്രാകളിൽ പിയാനോയ്ക്കു ലഭിച്ച സ്ഥാനത്തിനടിസ്ഥാനം അതിന്റെ മികച്ച നാദ ഗുണവും നാദവൈവിദ്ധ്യവും ആയിരുന്നു. ഈ മേന്മകൾ സാധാരണ ജനങ്ങളിലും ഗാനരചയിതാക്കളിലും അതിയായ താല്പര്യം ജനിപ്പിക്കാൻ പര്യാപ്തമായി. ഉയർന്നു കേൾക്കുന്ന നാദം നിമിഷങ്ങൾക്കകമാണ് കേൾക്കാൻ കഴിയാത്ത വിധം ആയിത്തീരുന്നത്.

ഇതിനകം പല ഘട്ടങ്ങളിലായി സംഭവിച്ച പരിഷ്കരണങ്ങളാണ് ഈ ഉപകരണത്തെ ഇന്നത്തെ നിലയിൽ എത്തിച്ചത്. തന്ത്രി

കളിൽ വന്ന മാറ്റത്തിന്റെ ഫലമായി അവ കൂടുതൽ ദൃഢവും ആകർഷകവും ആയി. പിത്തളക്കമ്പികൾക്കു പകരം ഉരുക്കു കമ്പികൾ നിലവിൽ വന്നു. കമ്പികളുടെ എണ്ണത്തിലും വലുപ്പത്തിലും വലിവിലും വർദ്ധനവുണ്ടായി. പിയാനോയുടെ തന്ത്രികളിലെ വലിവ് (tension) 30 ടൺ ഭാരത്തിനു സമാനമായി വരാറുണ്ടത്രെ! നാദഫലകത്തിനുപയോഗിക്കുന്ന പദാർത്ഥവും ഫലകത്തിന്റെ രൂപകല്പനയും ഗവേഷണ പഠനത്തിലൂടെ ശാസ്ത്രീയമായി നിർണ്ണയിക്കുകയുണ്ടായി. അങ്ങനെയാണ് പിയാനോ ഇന്ന് സർവ്വസാധാരണമായി കാണപ്പെടുന്ന രൂപവും പ്രവർത്തനമേന്മയും കൈവരിച്ചത്.

വീണ (Veena)

ഗാനവാദ്യങ്ങളിൽ വച്ച് ഏറ്റവും പ്രാധാന്യം ഏറിയത് വീണ ആണല്ലോ. മനുഷ്യശബ്ദത്തിലെ എല്ലാ ഗമകങ്ങളും ധ്വനിപ്പിക്കാൻ വീണയ്ക്കു മാത്രമേ കഴിയുകയുള്ളൂ എന്നാണ് വിദ്വന്മതം. സംഗീതശാസ്ത്ര ഗ്രന്ഥങ്ങളിൽ പലതരം വീണകളെപ്പറ്റി വിവരിച്ചിട്ടുണ്ട്.

സരസ്വതീ വീണ എന്ന ദക്ഷിണേന്ത്യൻ വീണ സംഗീതോപകരണങ്ങളുടെ രാജ്ഞി എന്നറിയപ്പെടുന്നു. ഗുണമേന്മയിലും സങ്കീർണ്ണമായ വാദനവിദ്യയുടെ കാര്യത്തിലും ഇതിനു തുല്യമായ മറ്റൊരുപകരണവും ഇല്ലെന്നു തന്നെ പറയാം. എന്നാൽ ഘടനാപരമായി സിത്താറിനേക്കാളും ലളിതമായ ഉപകരണമാണിത്. ഇതിന്റെ നാദപേടകം തടിയിൽ തീർത്ത അർദ്ധഗോളാകൃതിയിലുള്ള ഒരു 'കുടം' (Bowl) ആണ്. അതു കഴിഞ്ഞ്

ഒരു കഴുത്തും നീണ്ട ദണ്ഡും ചേർന്ന ഘടനയാണ് വീണയുടേത്.

കുടത്തിന്റെ ഭാഗം കഴിഞ്ഞ് ഏതാണ്ട് മൂന്ന് അടി നീളത്തിലും അടി ഭാഗം അല്പം ഉരുണ്ടും വളഞ്ഞും വീണയുടെ ഉടൽ അഥവാ ദണ്ഡും ദണ്ഡ് അവസാനിക്കുന്ന 'കഴുത്ത്' എന്ന ഭാഗവും ചേർന്നതാണ് വീണ യുടെ സാമാന്യ ഘടന.

കഴുത്ത് അവസാനിക്കുന്ന ഭാഗത്ത് ശില്പചാതുരിയോടെ കൊത്തി യിട്ടുള്ള 'വ്യാളീമുഖം' കാണാം. വ്യാളീ മുഖത്തു നിന്നും അല്പം മാറി യാണ് വീണയെ താങ്ങി നിർത്തുന്നതിനും ധ്വനിയെ പുഷ്ടിപ്പെടുത്തുന്ന തിനും സഹായിക്കുന്ന സംവിധാനം. വീണയുടെ കുടവും ഉടലും സാധാ രണയായി പ്ലാവിന്റെ തടികൊണ്ടാണ് നിർമ്മിക്കാറുള്ളത്. ഇതിനായി ഉപ യോഗിക്കാറുള്ള മറ്റൊരു തടി 'കരിങ്ങാലി'ആണ്. സ്വരങ്ങൾ ജനിപ്പിക്കുന്ന തന്ത്രികളുടെ ഒരറ്റം കുടത്തിന്റെ മുഖഭാഗത്താണ് ബന്ധിച്ചിട്ടുള്ളത്.

വീണയ്ക്ക് 7 തന്ത്രികളാണുള്ളത്. അവയിൽ 4 എണ്ണം പ്രധാന തന്ത്രികളാണ്. അവ കഴുത്തിലെ കൊളുത്തുകളിലാണ് ബന്ധിച്ചിരിക്കു ന്നത്. മറ്റു 3 തന്ത്രികൾ താളവാദ്യങ്ങളുമായി ബന്ധപ്പെട്ടവയാണ്. ഉട ലിനു മുകളിൽ ഉള്ള പിത്തളകൊണ്ടു നിർമ്മിച്ച ഒരു ബ്രിഡ്ജിന്റെയും മുകളിലൂടെയാണ് തന്ത്രികൾ കടന്നുപോകുന്നത്.

വീണ വായിക്കുന്നതിന് വാദകൻ തറയിൽ ചമ്രം പടിഞ്ഞിരുന്നിട്ട് വീണ മുന്നിൽ പിടിക്കും. ഇടതുകൈ ദണ്ഡിനെ ചുറ്റിപ്പിടിച്ചിരിക്കും. ചില പ്പോൾ വീണ മടിയിൽ വച്ച് കുത്തനെ പിടിക്കുകയാണ് ചെയ്യുന്നത്. ആന്ധ്രാപ്രദേശിൽ വീണ വായിക്കുന്നവർ അനുവർത്തിക്കുന്ന രീതി ഇതാണ്.

കുടം, ദണ്ഡ്, കഴുത്ത് എന്നീ ഭാഗങ്ങൾ പ്രത്യേകം പ്രത്യേകം നിർമ്മിച്ച് കൂട്ടിച്ചേർക്കുകയാണ് ഒരു നിർമ്മാണ രീതി. എന്നാൽ ഒറ്റത്ത ടിക്കഷണത്തിൽ പൂർണ്ണരൂപത്തിലുള്ള വീണ പണിതെടുക്കുന്ന രീതി യുമുണ്ട്. ഇങ്ങനെ ഉണ്ടാക്കുന്ന വീണയെ ഏകവാദ വീണ എന്നാണ് പറയുന്നത്. ഇങ്ങനെ നിർമ്മിക്കുന്ന വീണ ഗുണമേന്മയിൽ ശ്രേഷ്ഠമാ ണത്രെ.

ദക്ഷിണ വീണ ഇന്നു കാണുന്ന രീതിയിൽ ആദ്യമായി പ്രയോഗ ത്തിൽ വരുത്തിയത് തഞ്ചാവൂരിലെ ഭരണാധികാരിയായ രഘുനാഥ നായിക് ആയിരുന്നു. കർണ്ണാടക സംഗീതത്തിൽ പ്രസിദ്ധമായ 22 മേള കർത്താക്കൾ നിലവിൽ വരുന്നതിന് വഴി തെളിച്ചത് ഇതാണ്.

മൈസൂറിലെ പ്രശസ്തരായ ശേഷണ്ണയും സുബ്ബണ്ണയും മദ്രാസിലെ ധനമ്മാൾ കാരക്കുടി സഹോദരന്മാർ സുബ്ബരാമ അയ്യർ, സാംബശിവ അയ്യർ എന്നിവരായിരുന്നു ദക്ഷിണേന്ത്യയിലെ ഏറ്റവും പേരുകേട്ട വീണ വാദന വിദഗ്ദ്ധർ.

വീണയുടെ തന്ത്രികളെപ്പറ്റി മുകളിൽ വിവരിച്ചുവല്ലോ? ഈ തന്ത്രി

കളെ മുറുക്കുകയോ അയയ്ക്കുകയോ ചെയ്തിട്ടാണ് ആവശ്യമുള്ള നാദം ജനിപ്പിക്കുന്നത്. തന്ത്രികളെ അല്പം ഉയർത്തിനിർത്തുന്നത് ഒരു ചെറിയ തടിക്കട്ടയുടെ സഹായത്തോടെയാണ്. ഈ കട്ടയ്ക്ക് കുതിര എന്നാണ് പേര്.

നാലാം പ്രധാന തന്ത്രികളിൽ ഓരോന്നിനും ഓരോ പേരുണ്ട്. സാരണ, പഞ്ചമം, മന്ദ്രം, അനുമന്ദ്രം എന്നിങ്ങനെ. ഇവ മീട്ടുമ്പോൾ പുറപ്പെടേണ്ട സ്വരങ്ങൾ യഥാക്രമം മധ്യഷഡ്ജം, മന്ദ്രപഞ്ചമം, മന്ദ്രഷഡ്ജം, അനുമന്ദ്രപഞ്ചമം എന്നിവയാണ്. അതിനനുസരണമായിട്ടുവേണം കമ്പികൾ മുറുക്കേണ്ടത്.

സംഗീത രത്നാകരം എന്ന ഗ്രന്ഥത്തിൽ ഇരുപതിലധികം വീണകളുടെ പേരു കൊടുത്തിട്ടുണ്ട്. കുറേപേരുകൾ ഇവിടെ കൊടുത്തിട്ടുള്ളത് കാണുക.

ഘോഷവതി
ചിത്രാ
വിപഞ്ചീ
പരിവാദിനി
വല്ലകീ
കുഞ്ചികാ
ജ്യേഷ്ഠാ
നകുലോഷ്ഠി
കിന്നരി
ജയാ
ഹസ്തിക
പിനാകീ
ശതതന്ത്രികാ
ഔദംബരി
പൗണം.
....
ഷട്കർണ്ണ
രാവണഹസ്തകം.

ഇതിന്റെ ബ്രിഡ്ജ് സാമാന്യേന വിസ്താരമായതും ലോഹപാളി കൊണ്ട് പൊതിഞ്ഞതും ആയിരിക്കും. അതിനുമുകളിൽ നാലു തന്ത്രികൾ വലിച്ചുകെട്ടിയിരിക്കും. വ്യാളീമുഖത്തിന്റെ ആകൃതിയിലുള്ള മറ്റേ ഏറ്റത്ത് ഇതിനുവേണ്ട സൗകര്യമുണ്ട്, ദൃഢമായിട്ടുറപ്പിച്ചിട്ടുള്ള കുറ്റികളിലാണ് തന്ത്രികൾ ബന്ധിച്ചിരിക്കുന്നത്. മുഖ്യതന്ത്രികൾക്കു പുറമെ മൂന്ന് ഉപതന്ത്രികളും ഉണ്ടായിരിക്കും. സിത്താറിലെയും സരോദിലെയും പോലെ ഇവയും താന, താള വാദനങ്ങൾക്കുവേണ്ടി ഉള്ളവയാണ്.

അനേകതരം വീണകളിൽ ഒന്നായ രാവണ ഹസ്ത വീണയിൽ നിന്നാണ് വയലിന്റെ ഉത്ഭവം എന്നുപറയപ്പെടുന്നു. ഭാരതത്തിന്റെ വടക്കു പടിഞ്ഞാറൻ പ്രദേശങ്ങളിലാണത്രെ ഇത് ഏറെ പ്രചാരത്തിലുള്ളത്.

ദക്ഷിണേന്ത്യയിലെ ചില വർഗ്ഗക്കാർ കുലത്തൊഴിലായി ചില പ്രത്യേകതരം വീണ ഉപയോഗിക്കുന്നുണ്ട്. കേരളത്തിലെ പുള്ളുവൻ വീണയും, ആന്ധ്രായിലെ 'ഖിംഗ്രി'യും (Khingri) ഒറീസയിലെ ബാണം വീണയും ഉദാഹരണങ്ങളാണ്. അതുപോലെ തന്നെ അസമിലെ പെനാം, രാജസ്ഥാനിലെ സാരംഗി തുടങ്ങിയവയും. എസരാജും (Esraj) ദിൽരൂബയും (Dilruba) ഇത്തരം ഉപകരണങ്ങളാണ്. എന്നാൽ ക്ലാസിക്കൽ സംഗീത വിദ്വാന്മാർ ഇവയെ ഗൗരവപൂർവ്വം പരിഗണിച്ചിട്ടില്ല.

5

സുഷിരവാദ്യങ്ങൾ

5.1 ഹാർമ്മോണിയം

വ്യാപകമായി പ്രചാരത്തിലുള്ള ഒരു സംഗീതോപകരണമാണ് ഹാർമ്മോണിയം (Harmonium). മറ്റു പല സംഗീതോപകരണങ്ങൾക്കു മെന്നപോലെ ഇതിനും ഒരു വിദേശബന്ധമുണ്ടെന്ന് കരുതപ്പെടുന്നു. എന്നാൽ ഈ വിശ്വാസത്തെ ദുർബ്ബലമാക്കാൻ പോന്നവണ്ണം, ഭാരതീയ സംഗീതവേദികളിൽ ഇന്ന് ഇത് നിറഞ്ഞു നില്ക്കുന്നു. പാശ്ചാത്യരുടെ ഹാർമ്മോണിയത്തേക്കാൾ വലുപ്പം കുറവാണ് നമ്മുടെ നാട്ടിൽ പ്രചാര ത്തിലുള്ള ഹാർമ്മോണിയത്തിന്. അതുപോലെതന്നെ ഭാരവും. അതി നാൽ ഒരിടത്തുനിന്നും മറ്റൊരിടത്തേക്ക് അനായാസം കൊണ്ടുപോകാൻ സൗകര്യമുണ്ട്.

നമ്മുടെ സംഗീത സദസ്സുകളിൽ മിക്കവാറും നിലത്ത് ചമ്രം പടിഞ്ഞിരുന്നാണ് ഹാർമ്മോണിയം വായിക്കുന്നത്. സംഗീത പരിപാടികളിൽ നടുനായകത്വം വഹിക്കുന്ന ഉപകരണമാണ് ഹാർമ്മോണിയം. ശാസ്ത്രസാങ്കേതിക വിദ്യകൾ

വളർച്ച പ്രാപിച്ച സാഹചര്യത്തിൽ സാധാരണ ഹാർമ്മോണിയത്തിന്റെ സ്ഥാനത്ത് അതിന്റെ ധർമ്മം നിർവ്വഹിക്കുന്ന ഇലക്ട്രോണിക് ഉപകരണം ഇപ്പോൾ പ്രചാരത്തിലായിട്ടുണ്ട്.

ഹാർമ്മോണിയം നിർമ്മാണത്തിന്റെ സാങ്കേതിക വിദ്യ സ്വായത്തമാക്കിയതിനെത്തുടർന്ന് 1920 മുതൽ നമ്മുടെ നാട്ടിൽ ഹാർമ്മോണിയം നിർമ്മിച്ചു വരുന്നുണ്ട്.

5.2 ഷെഹനായി

ശാസ്ത്രീയ സംഗീതക്കച്ചേരികളിൽ വളരെ മാന്യമായ ഒരു സ്ഥാനമലങ്കരിക്കുന്ന സംഗീതോപകരണമാണ് ഷെഹനായി. ബീഹാറിലെ വിവാഹവേദികളിൽ നടക്കുന്ന സംഗീത പരിപാടികളിലെ ഒരു അവശ്യഘടകമാണ് ഇത്. അവിടങ്ങളിൽ ക്ഷേത്രങ്ങളിലെ സംഗീതാലാപനത്തിലും ഷെഹനായി വാദനം പതിവാണ്.

വലിയ സംഗീതസമ്മേളനങ്ങളിൽ ഷെഹനായി വാദനത്തിന് സമുചിതമായ സ്ഥാനം നല്കാറുണ്ട്. പ്രശസ്ത ഷെഹനായി വാദകനായ ബിസ്മില്ലാഖാന്റെ പരിപാടി ലക്നൗ റേഡിയോ നിലയം സ്ഥിരമായി പ്രക്ഷേപണം ചെയ്തിരുന്നു. നിരവധി വിദേശ രാജ്യങ്ങളിലും തന്റെ പരിപാടി അവതരിപ്പിക്കാൻ അദ്ദേഹത്തിന് അവസരം ലഭിച്ചു.

ഭാരതത്തിനകത്തും പുറത്തുംനിന്ന് ഡോക്ടറേറ്റ് ബിരുദമുൾപ്പെടെ പല ബഹുമതികളും ബിസ്മില്ലാഖാനെ തേടി എത്തുകയുണ്ടായി. ഇന്ത്യാഗവൺമെന്റിൽനിന്നു ലഭിച്ച പത്മശ്രീ, പത്മഭൂഷൺ, പത്മവിഭൂഷൺ ബിരുദങ്ങൾക്കു പുറമെ, രാജ്യത്തെ പൗരനു ലഭിക്കാവുന്ന പരമോന്നത ബഹുമതിയായ 'ഭാരതരത്നം' അവാർഡും അദ്ദേഹത്തിനു നേടാൻ

കഴിഞ്ഞു.

സുഷിരവാദ്യ വിഭാഗത്തിൽ പെടുന്ന ഷെഹനായി കാഴ്ചയിൽ നമ്മുടെ നാഗസ്വരം പോലെയിരിക്കും. നീളം അല്പം കുറവാണെന്നു മാത്രം.

2006 ൽ 90-ാം വയസ്സിൽ ഉസ്താദ് ബിസ്മില്ലാഖാൻ ദിവംഗതനായി.

5.3 പുല്ലാംകുഴൽ

ഒരു കാലത്ത് സിത്താറും സരോദും ആണ് സംഗീതസദസ്സുകൾ അടക്കി വാണിരുന്നത്. ഉത്തരേന്ത്യയിൽ ഒരേ ഒരു പുല്ലാംകുഴൽ വാദകനാണുണ്ടായിരുന്നത്. പന്നലാൽ ഘോഷ്. അതുപോലെതന്നെ ദക്ഷിണേന്ത്യയിലും ഒരാൾ. ടി ആർ മഹാലിംഗം. ഏതാനും ദശാബ്ദങ്ങൾക്കു മുമ്പു വരെ നിലവിലുണ്ടായിരുന്ന സ്ഥിതിയാണിത്. വിദഗ്ദ്ധനായ വാദകന് വശ്യ

മായ മധുരനാദം സൃഷ്ടിക്കാൻ കഴിയുന്ന ഉപകരണമാണ് പുല്ലാംകുഴൽ. ഇന്ന് സംഗീതസദസ്സുകളിലെ ഒരു മുഖ്യ ഇനമാണിത്.

വൃന്ദാവനത്തിലെ മുരളീകൃഷ്ണന്റെ വിസ്മയകരമായ പാരമ്പര്യം വിസ്മരിക്കാൻ കഴിയുമോ! ചെറിയൊരു മുളന്തണ്ടിൽനിന്നും മധുരനാദത്തിന്റെ മായികലോകം സൃഷ്ടിച്ചിരുന്ന അത്ഭുതബാലന്റെ സിദ്ധി വിശേഷം!

വയലിൻ, വീണ തുടങ്ങിയ ഉപകരണങ്ങളെ അപേക്ഷിച്ച് വളരെ

ലളിതമായ ഒരുപകരണമാണ് ഫ്ളൂട്ട്, അഥവാ പുല്ലാംകുഴൽ. മറ്റു സംഗീതോപകരണങ്ങൾപോലെ ട്യൂൺ ചെയ്യാവുന്ന ഒന്നല്ല ഇത് എന്നതും ശ്രദ്ധേയമാണ്.

പ്രശസ്തനായ ഒരു പുല്ലാംകുഴൽ വാദകൻ, മൃദംഗ വാദകനോടൊപ്പം ഹംസധ്വനി രാഗത്തിലെ ആലാപനത്തിന് പിന്നണിയിൽ പുല്ലാംകുഴൽ വായിച്ച അനുഭവം സരസമായി വിവരിക്കുന്നത് വായിക്കാനിടയായി. ഈ വിദ്വാൻ വിവിധതരം സംഗീതത്തിനൊപ്പം അതിദ്രുത താളത്തിനൊപ്പിച്ച് പുല്ലാംകുഴൽ വായിച്ച കഥയും വിവരിക്കുന്നുണ്ട്.

ശരിയായ പരിശീലനത്തിലൂടെ പ്രാവീണ്യം നേടിയ ഒരു കലാകാരന് ഹിന്ദുസ്ഥാനി സംഗീതത്തിന്റെ പിന്നണിയിൽ മനോഹരമായി പുല്ലാംകുഴൽ വായിക്കാൻ കഴിയും.

സംഗീതത്തിൽ ആഴത്തിലുള്ള പരിജ്ഞാനം നേടിയിട്ടില്ലാത്ത സാധാരണക്കാർക്കുപോലും ആസ്വദിക്കാവുന്നതാണ് പുല്ലാംകുഴൽ കച്ചേരി.

ദീർഘകാലത്തെ അർപ്പണബോധത്തോടെയുള്ള പരിശീലനത്തിലൂടെ വേണ്ടത്ര കഴിവ് നേടിയാൽ പാശ്ചാത്യ സംഗീതത്തോടൊപ്പവും ഫ്ളൂട്ട് വായിക്കാൻ കഴിയുമെന്ന കാര്യത്തിൽ സംശയമില്ല.

മറ്റു കലകളിലെന്നപോലെ പുല്ലാംകുഴൽ വാദനത്തിലും ശരിയായ നൈപുണ്യം കരഗതമാകണമെങ്കിൽ ഒരു ഗുരുവിൽനിന്ന് ശിക്ഷണം നേടേണ്ടതാണ്.

മുമ്പ് സംഗീതക്കച്ചേരികളിൽ സിത്താർ-സരോദ് 'ജുഗൽ ബന്ദി' പതിവായിരുന്നു. പിന്നീട് ബിസ്മില്ലാഖാൻ, വിലായത്ഖാൻ കൂട്ടുകെട്ട് ഷെഹനായി-സിത്താർ ജുഗൽ ബന്ദി തുടങ്ങി വച്ചു. ഏറ്റവും ഒടുവിലായി ശിവകുമാർ ശർമ്മ, പണ്ഡിറ്റ് ഹരിപ്രസാദ് ചൗരസ്യ കൂട്ടുകെട്ട് സന്തൂർ-പുല്ലാംകുഴൽ ജുഗൽ ബന്ദി വിജയകരമായി അവതരിപ്പിക്കുകയുണ്ടായി.

5.4 കൊമ്പും കുഴലും

ദക്ഷിണേന്ത്യയിൽ സാധാരണയായി കാണപ്പെടുന്ന പഞ്ചവാദ്യത്തിന്റെ ഘടകമായ ഒരുപകരണമാണ് കൊമ്പ്. മൃഗങ്ങളുടെ അകംപൊള്ളയായ കൊമ്പുകളായിരുന്നു മനുഷ്യന്റെ ആദ്യകാലത്തെ സുഷിരവാദ്യങ്ങൾ. ഇന്ന് ആ സ്ഥാനത്ത് ലോഹനിർമ്മിതമായ ഉപകരണങ്ങളാണ് ഉപയോഗത്തിലുള്ളതെങ്കിലും അവയെ കൊമ്പുകൾ എന്നുതന്നെയാണ് നാമകരണം ചെയ്തിട്ടുള്ളത്.

സുഷിരങ്ങളിലൂടെ ശക്തമായി വായു കടത്തിവിടുമ്പോഴുണ്ടാകുന്ന നാദമാണ് സുഷിര വാദ്യങ്ങളുടെ നിർമ്മാണത്തിനടിസ്ഥാനം. ആകൃതിയിൽ കൊമ്പ് എന്ന വാദ്യോപകരണം അർദ്ധവൃത്താകാരമാണ്. ഒരറ്റം വായിൽ വച്ച് ശക്തമായി ഊതുമ്പോൾ മറ്റേ അറ്റത്തുള്ള വലിയ സുഷിരത്തിലൂടെ വായു കാഹളനാദമുയർത്തിക്കൊണ്ട് പുറത്തുകടക്കുന്നു.

പൂരപ്പറമ്പിൽ വാദ്യഘോഷം നടക്കുമ്പോൾ നിരനിരയായി കൊമ്പു

വാദ്യക്കാർ നില്ക്കുന്നത് ദൃശ്യവിരുന്നൊരുക്കുന്ന കാഴ്ചയാണ്.

ഉത്തർപ്രദേശ്, രാജസ്ഥാൻ, ഗുജറാത്ത്, ഹിമാചൽപ്രദേശ് എന്നിവിടങ്ങളിൽ അല്പസ്വല്പം രൂപവ്യത്യാസങ്ങളോടെ ഈ ഉപകരണങ്ങൾ (കൊമ്പും, കുഴലും) കാണാൻ കഴിയും.

കൊമ്പും കുഴലും ഏതാണ്ട് ഒരേപോലുള്ള സംഗീതോപകരണങ്ങളാണ്. കൊമ്പ് വളഞ്ഞതാണല്ലോ. എന്നാൽ കുഴൽ വളവില്ലാത്തതും കൊമ്പിനേക്കാൾ അല്പം നീളം കുറഞ്ഞതും ആയ ഉപകരണമാണ്.

തൃശൂർപൂരം അരങ്ങേറുമ്പോൾ കൊമ്പിന്റെയും കുഴലിന്റെയും സാന്നിദ്ധ്യം നിർബ്ബന്ധമായും ഉണ്ടായിരിക്കും. നീണ്ട നിരകളിലായി കൊമ്പും കുഴലും ഏന്തിയ കലാകാരന്മാർ നില്ക്കുന്നത് ആകർഷകമായ ഒരു ദൃശ്യവിശേഷമാണ്. നേരിട്ടോ ടെലിവിഷൻ സ്ക്രീനിലോ ഈ ദൃശ്യവിരുന്ന് ആസ്വദിച്ചിട്ടില്ലാത്ത കേരളീയർ ഉണ്ടാകുമെന്നു തോന്നുന്നില്ല.

5.5 നാഗസ്വരം

കാഴ്ചയിൽ നീണ്ട ഒരു ലോഹക്കുഴലാണിത്. ഒരറ്റം കുറച്ച് വിസ്താരം കൂടിയതാണ്. കോളാമ്പിയുടെ ആകൃതിയാണിതിന്. ഇവിടെ കൂടിയാണ് നാദം പുറത്തുവരുന്നത്. മറ്റേ അറ്റം വിസ്താരം കുറഞ്ഞതാണ്. ഇവിടെയാണ് ഊതുന്നതിനുള്ള ഉപാധി ഉറപ്പിച്ചിട്ടുള്ളത്. ഇത് ഇടയ്ക്കിടെ ഊരി എടുത്ത് തുടച്ച് വൃത്തിയാക്കാറുണ്ട്. ഇതുണ്ടാക്കു

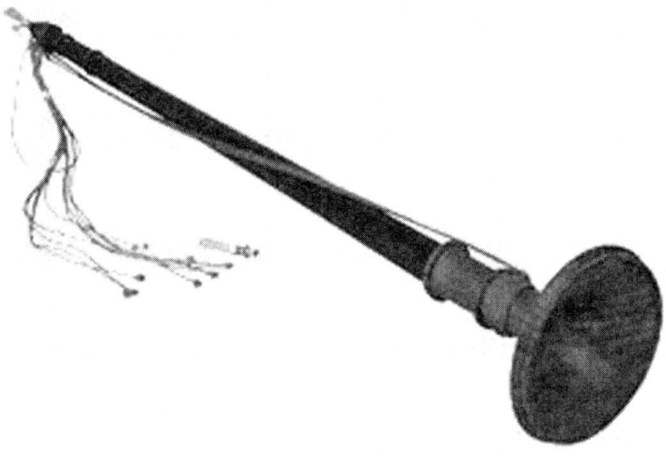

ന്നത് കാവേരി നദിയുടെ തീരങ്ങളിൽ വളരുന്ന ഒരിനം മുളയുടെ തണ്ടു കൊണ്ടാണ്.

നാഗസ്വരത്തിന്റെ തണ്ടിൽ സാധാരണയായി 12 സുഷിരങ്ങൾ ഉണ്ടായിരിക്കും. അവയിൽ മുകൾഭാഗത്തുള്ള 7 എണ്ണമാണ് വാദനത്തിനുപയോഗിക്കുന്നത്. അവശേഷിക്കുന്ന 5 എണ്ണം ഫ്രീക്വൻസി ക്രമീകരിക്കു

ന്നതിനു വേണ്ടിയുള്ളവയാണ്.

നാഗസ്വരത്തിന്റെ നീളം ഏതാണ്ട് രണ്ട് രണ്ടര അടിയോളം വരും. ഓരിക എന്ന വണ്ണം കുറഞ്ഞ അറ്റത്താണ് ഞാണപ്പുല്ലുകൊണ്ടുണ്ടാക്കിയ ഊത്തു സാധനത്തിന്റെ സ്ഥാനം.

ഭാരതീയ സംഗീതത്തെ പരിപോഷിപ്പിക്കുന്നതിൽ ക്ഷേത്രങ്ങൾ വളരെ വലിയ പങ്കുവഹിച്ചിട്ടുണ്ട്. ഉപകരണ സംഗീതത്തിന്റെ കാര്യം എടുത്തുപറയേണ്ടിയിരിക്കുന്നു. ചെണ്ട, മദ്ദളം, മൃദംഗം, ഇടയ്ക്ക, നാഗസ്വരം തുടങ്ങിയ ഉപകരണങ്ങളുടെ വാദനം ക്ഷേത്രങ്ങളിലെ പതിവ് ചടങ്ങുകളുടെ ഭാഗമാണ്. നാഗസ്വരം സാധാരണയായി തടിയിലാണ് നിർമ്മിക്കുന്നത്. എന്നാൽ ലോഹനിർമ്മിതമായ നാഗസ്വരവും വിരളമല്ല.

ദക്ഷിണേന്ത്യയിലെ നാഗസ്വരവും ഉത്തരേന്ത്യയിലെ ഷെഹനായിയും ഏതാണ്ട് ഒരേതരം വാദ്യോപകരണങ്ങളാണെന്നു പറയാം. കാഴ്ചയിലും അവയ്ക്കു തമ്മിൽ സമാനതയുണ്ട്.

കർണ്ണാടക സംഗീതത്തിന്റെ സൗന്ദര്യാംശങ്ങൾ നാഗസ്വരത്തിലൂടെ ആവിഷ്കരിക്കാൻ വിദഗ്ദ്ധനായ വാദകന് കഴിയും. സുഷിരങ്ങൾക്കു മുകളിലൂടെയുള്ള വിരലുകളുടെ ചലനം മാത്രമല്ല വാദകന്റെ ചുണ്ടുകളുടെ ചലനവും ഇതിൽ ക്രിയാത്മകമായ പങ്കുവഹിക്കുന്നു.

അല്പസ്വല്പം വലുപ്പവ്യത്യാസമുള്ള രണ്ടുതരം നാഗസ്വരവാദ്യങ്ങൾ നിലവിലുണ്ട്. വലിപ്പം കൂടിയ മാതൃകയാണ് കലാകാരന്മാർ പൊതുവെ കൂടുതൽ ഇഷ്ടപ്പെടുന്നത്.

നാഗസ്വരത്തിനോടൊപ്പം പ്രയോഗിക്കാറുള്ള ഘനവാദ്യമാണ് തകിൽ. പരസ്പരം നന്നേ ഇണങ്ങുന്ന ഉപകരണങ്ങളാണിവ.

എല്ലാ ആഘോഷവേളകളിലും നാഗസ്വരക്കച്ചേരിക്ക് പ്രസക്തി ഉണ്ടല്ലോ. വിവാഹവേദികളിൽ, ക്ഷേത്രോത്സവങ്ങൾ അരങ്ങേറുമ്പോൾ, പൂരപ്പറമ്പിലും എല്ലാം.

5.6 ശംഖ്

മനുഷ്യൻ കണ്ടെത്തിയ ആദ്യത്തെ കുഴൽവാദ്യമാണ് ശംഖ്. പുരാണങ്ങളിലെല്ലാം ഇതേപ്പറ്റി പരാമർശമുണ്ട്. ഹിന്ദുക്കളെ സംബന്ധിച്ചിടത്തോളം അതിപാവനമായ ഒരു കുഴൽ വാദ്യമാണ് ശംഖ്. എല്ലാ പുണ്യകർമ്മങ്ങളും സമാരംഭിക്കുന്നത് ശംഖനാദം മുഴക്കിക്കൊണ്ടാണ്.

ഉച്ചത്തിൽ മുഴങ്ങിക്കേൾക്കുന്ന ശബ്ദമാണ് ശംഖിൽ നിന്ന് പുറപ്പെടുന്നത്. പരിചയ സമ്പന്നനായ ഒരാളിനു മാത്രമേ ശരിയായ രീതിയിൽ ശംഖനാദം മുഴക്കാൻ കഴിയുകയുള്ളൂ. സന്ധ്യാസമയത്ത് ക്ഷേത്രങ്ങളിൽ നിന്ന് ശംഖനാദം മുഴങ്ങിക്കേൾക്കാം.

മറ്റ് സംഗീതോപകരണങ്ങളിൽനിന്ന് ഒരു കാര്യത്തിൽ ശംഖ് വ്യത്യസ്തമാണ്. മറ്റുപകരണങ്ങൾക്ക് ഒരു നിർമ്മാണ വസ്തുവിന്റെ ആവശ്യമുണ്ട്. നിർമ്മാണം നിർവ്വഹിക്കുന്ന ഒരു ശില്പിയുടെയും. ശംഖ് ആകട്ടെ ഒരുകടൽ ജീവിയുടെ പുറംതോട് ആണ്. ഊതുന്നതിനു വേണ്ട

സുഷിരം ക്രമീകരിക്കേണ്ട ആവശ്യമേ ഉള്ളൂ. കൂടാതെ ജീവിയുടെ ജൈവ അവശിഷ്ടങ്ങൾ നീക്കം ചെയ്ത് ശംഖിന്റെ അകവശം ശുചിയാക്കേണ്ടതുണ്ട്.

ശരിയായ വലുപ്പവും ആകൃതിയും ഉള്ള ശംഖ് കടലിൽ നിന്നും ശേഖരിച്ച് ശുചിയാക്കി വില്പന നടത്തുന്നവരെ കന്യാകുമാരിയിലും മറ്റും കാണാം. കടലിൽനിന്നും ലഭിക്കുന്ന എല്ലാ ശംഖുകളും ശംഖനാദം മുഴക്കാൻ ഉപയുക്തമല്ല അനുയോജ്യമായത് തെരഞ്ഞെടുക്കാൻ പരിചയം ആവശ്യമാണ്.

ഭഗവാൻ ശ്രീകൃഷ്ണന്റെ പാഞ്ചജന്യവും അർജ്ജുനന്റെ ദേവദത്തവും ഭീഷ്മരുടെ ശംഖും മറ്റും പുരാണപ്രസിദ്ധങ്ങളായ ശംഖുകളാണ്. കുരുക്ഷേത്രത്തിലെ യുദ്ധക്കളത്തിൽ ഇവയുടെ ശബ്ദം ഇടക്കിടെ മുഴങ്ങിക്കേൾക്കുമായിരുന്നു. ശ്രീബുദ്ധന്റെ കാലത്ത് ശംഖ് വളരെ വിശേഷപ്പെട്ട ഒരു വാദ്യോപകരണമായിരുന്നുവെന്ന് സാഞ്ചിയിലെയും അമരാവതിയിലെയും സ്തൂപങ്ങൾ സാക്ഷ്യം വഹിക്കുന്നു. ഉത്തരേന്ത്യയിലെയും ദക്ഷിണേന്ത്യയിലെയും ക്ഷേത്രങ്ങളിൽ ശംഖനാദം മുഴങ്ങിക്കേൾക്കാവുന്നതാണ്. വിശേഷിച്ചും ഉത്സവവേളകളിൽ. ശംഖു, ചക്ര, ഗദാധാരിയായ വിഷ്ണുഭഗവാതനെയാണല്ലോ ഹിന്ദുക്കൾ ആരാധിക്കുന്നത്.

മനസ്സിനെ വിമലീകരിക്കാനും മനസ്സിൽ ശുഭചിന്തകൾ ഉണർത്താനും കഴിവുള്ള ശബ്ദമാണ് ശംഖനാദം.

5.7 അയർകുഴൽ

ഇത് ഇടയന്മാരുടെ 'ഫ്ളൂട്ട്' ആണ്. മലമ്പ്രദേശങ്ങളിൽ ആട്ടിടയന്മാർ ഉപയോഗിക്കുന്ന വാദ്യോപകരണമാണ് അയർകുഴൽ.

ഏകദേശം 4 അടിനീളമുള്ള ഒരു സാധാരണ മുളങ്കുഴലാണിത്. അതിന്റെ മദ്ധ്യഭാഗത്ത് പനയോലകൊണ്ടുള്ള ഒരു ഊത്ത് ഉറപ്പിച്ചിരിക്കും. അതിന്റെ രണ്ടുവശത്തും 6 സുഷിരങ്ങൾ വീതമുണ്ട്. വാദകന്റെ കഴിവനുസരിച്ച് വായിൽ വായു നിറച്ച് സുഷിരങ്ങളിലൂടെ പുറത്തേക്കു വിടുന്നു. അയാൾ നാസാദ്വാരങ്ങളിലൂടെ വായു വലിച്ചെടുത്ത് വായിലേക്ക് കടത്തിവിട്ട് തുടർച്ചയായി ഊതിക്കൊണ്ടിരിക്കും.

ഇപ്രകാരം സൃഷ്ടിക്കപ്പെടുന്ന നാദം പതിഞ്ഞതും കേൾക്കാൻ ഇമ്പമുള്ളതുമാണ്. ഒറീസയുടെ തെക്കൻ പ്രദേശങ്ങളിലുള്ള ഇടയന്മാർ ഉപയോഗിക്കുന്ന മറ്റൊരുപകരണമാണ് 'ആലുഗുയ്യാ'. ആന്ധ്രാപ്രദേശിലും തെലങ്കാനയിലും ഇത് പ്രചാരത്തിലുണ്ട്. ഈ ഉപകരണം ആഘോഷവേളകളിൽ നാടോടി നൃത്തത്തിന് അകമ്പടി വാദ്യമായും ഉപയോഗിക്കാറുണ്ട്.

5.8 മഗുഡി

വളരെ പുരാതനമായ ഒരു കുഴൽ വാദ്യമാണ് മഗുഡി. ഇതിന് നാസായന്ത്രം, ഭുജംഗസ്വരം എന്നിങ്ങനെയും പേരുകൾ ഉണ്ട്.

കുപ്പിപോലെ വീർത്തഭാഗവും അതിലേക്കു കടത്തിയിട്ടുള്ള രണ്ടു കനം കുറഞ്ഞ കുഴലുകളുമാണ് ഇതിന്റെ ഘടകങ്ങൾ. ഒരു കുഴലിൽ

അഞ്ചോ ആറോ സുഷിരങ്ങൾ ഉണ്ടായിരിക്കും. മഗുഡി ഊതുമ്പോൾ ഇവയ്ക്കു മുകളിലൂടെ വിരലുകൾ ഓടിക്കും. മറ്റേ കുഴലിൽ ഒരു സുഷിരം മാത്രമാണുള്ളത്. വായിൽ വായു നിറച്ചു പിടിച്ച് തുടർച്ചയായി ഊതിക്കൊണ്ടിരിക്കും.

ഇപ്പോൾ സാധാരണയായി മഗുഡി ഉപയോഗിക്കുന്നത് പാമ്പാട്ടികളാണ്. പണ്ട് മതപരമായ ചടങ്ങുകളിൽ ഇത് ഉപയോഗിച്ചിരുന്നു. ദക്ഷിണേന്ത്യൻ സംഗീതത്തിലും ഉത്തരേന്ത്യൻ സംഗീതത്തിലും ഉപയോഗിക്കാവുന്ന ഒരുപകരണമാണിത്.

5.9 ശൃംഗം

ഉത്തരേന്ത്യയിൽ ശൃംഗം എന്നറിയപ്പെടുന്ന ഈ ഉപകരണം ദക്ഷിണേന്ത്യയിലെ കൊമ്പിനു സമാനമാണ്.

ഏറെക്കുറെ കോൺ ആകൃതിയിലുള്ള നീണ്ട കുഴലാണിത്. കുഴൽ അവസാനിക്കുന്ന ഭാഗം അല്പം വിസ്താരം കൂടി ഫണൽ ആകൃതിയിലാണ്. ആദ്യകാലത്ത് ഇത് അക്ഷരാർത്ഥത്തിൽ ഒരു മൃഗക്കൊമ്പുതന്നെയായിരുന്നു. നൃത്തപരിപാടികളിലും ആഘോഷവേളകളിലും ഇത് ഉപയോഗിച്ചിരുന്നു.പിന്നീട് ക്ഷേത്രങ്ങളിലും ഘോഷയാത്രകളിലും സ്വീകരണപരിപാടികളിലും പ്രചാരത്തിലായി.

സാമാന്യമായി പറഞ്ഞാൽ ശൃംഗത്തിന്റെ നാദം പരുക്കനാണ്. നാദവൈവിദ്ധ്യം സൃഷ്ടിക്കാനും ഇത് സമർത്ഥമല്ല. ശാസ്ത്രീയമായി ശൃംഗം

വാദനം ചെയ്യുന്നതിന് ആരും ശ്രമിച്ചിട്ടില്ല. രാജ്യത്തിന്റെ വിവിധ ഭാഗങ്ങളിൽ പ്രചാരത്തിലുള്ള ശൃംഗങ്ങളുടെ ആകൃതിക്ക് ഐകരൂപ്യമില്ല. ഋജുവായതും വളഞ്ഞതും എസ് ആകൃതിയിലുള്ളതുമായ ശൃംഗങ്ങൾ സാധാരണമാണ്. അതുപോലെതന്നെ വ്യത്യസ്ത പേരുകളിലുമാണ് ഇതറിയപ്പെടുന്നത്. ഉദാഹരണത്തിന് ഉത്തരദേശത്ത് ഇത് 'കാഹളം' എന്നാണ് അറിയപ്പെടുന്നത്.

ഇതിന്റെ വലുപ്പത്തിലും ഏറ്റക്കുറച്ചിലുകൾ ഉണ്ട്. ഏറ്റവും കുറഞ്ഞ നീളം 4 അടിയും കൂടിയത് 6 അടിയും ആണ്. നാലോ അഞ്ചോ പിത്തളക്കുഴലുകൾ ഒന്നിനകത്ത് മറ്റൊന്നായി കയറ്റിവച്ചിട്ടുള്ള ഘടനയാണ് ശൃംഗത്തിന്റേത്.

കാതിൽ തുളച്ചുകയറുന്നതുപോലുള്ള ശബ്ദമാണ് ശൃംഗത്തിൽ നിന്നു പുറപ്പെടുന്നത്. ക്ഷേത്രങ്ങളിലും ഘോഷയാത്രകളിലും സ്വീകരണച്ചടങ്ങുകളിലും സർവ്വസാധാരണമായി വാദനം ചെയ്യുന്ന ഉപകരണമാണ് ശൃംഗം.

6

ഘനവാദ്യങ്ങൾ

ചെണ്ട, മദ്ദളം, മൃദംഗം, തബല, ഇടയ്ക്കാ തുടങ്ങിയ തുകൽ വാദ്യങ്ങളും ഘടം, ചേങ്ങില തുടങ്ങിയവയും ഈ വിഭാഗത്തിൽപ്പെടുന്നു. ദീപാരാധന സമയത്ത് കേരളത്തിലെ ക്ഷേത്രങ്ങളിൽ പതിവായി ഇടയ്ക്ക വാദനം ചെയ്യാറുണ്ട്. ഉത്സവകാലത്ത് വിശേഷാൽ പരിപാടികളുടെ ഭാഗമായി താളമേളങ്ങൾ പതിവാണ്. വിവാഹവേദികളിലും സ്വീകരണ ച്ചടങ്ങുകളിലും വാദ്യമേളങ്ങൾ ഒരനിവാര്യഘടകമാണ്. കഥകളി, ഓട്ടൻതുള്ളൽ, കൂടിയാട്ടം, തെയ്യാട്ടം, പടേനി തുടങ്ങിയ കലാപരിപാടികളും അരങ്ങേറുന്നത് വാദ്യമേളങ്ങളുടെ പശ്ചാത്തലത്തിലാണ്. സംഗീത കച്ചേരികളും നൃത്തപരിപാടികളും വാദ്യമേളങ്ങളുടെ അകമ്പടിയോടെയാണല്ലോ നടക്കുന്നത്.

ചെണ്ട

തനികേരളീയമായ ഒരു വാദ്യോപകരണമാണ് ചെണ്ട. കഥകളിയിലെ പ്രധാന വാദ്യമാണിത്. മറ്റു വാദ്യങ്ങളെല്ലാം ചെണ്ടയ്ക്കു താഴെ എന്നു പറയാറുണ്ട്. ചെണ്ടയുടെ വശങ്ങൾക്ക് പ്രത്യേകം പേരുകളുണ്ട്. ഒരുവശം - വലം തല, മറുവശം ഇടംതല.

പ്ലാവിന്റെ തടിയും പശുവിന്റെ തോലും ആണ് ചെണ്ടയുടെ നിർമ്മാണ സാമഗ്രികൾ. ഇളകി വരാത്തവണ്ണം ചട്ടത്തിനുള്ളിൽ ബലമായിട്ടാണ് തോൽ ഉറപ്പിച്ചിരിക്കുന്നത്. വലം തലയിലെ തോലിന് ഒരു പ്രത്യേകതയുണ്ട്. അത് ഒറ്റതോൽക്കഷണമല്ല, ഏഴു തോലുകൾ ഒന്നിനു പുറത്ത് ഒന്നായി ഒട്ടിച്ചെടുത്തതാണ്. തോലുകൾ ബന്ധിക്കാനുപയോഗിക്കുന്ന ചരടുകൾ തടിയുടെ പുറത്തുകൂടിയാണ് വലിച്ചുകെട്ടിയിരിക്കുന്നത്. ചരടുകളുടെ മുറുക്കം കൂട്ടുകയോ കുറയ്ക്കുകയോ ചെയ്താണ് ചെണ്ടയുടെ നാദം ക്രമീകരിക്കുന്നത്.

ചെണ്ടവാദനം ചെയ്യുന്നത് കോലുകൾ കൊണ്ടും വിരലുകൾ കൊണ്ടുമാണ്. വേദന അനുഭവപ്പെടാതിരിക്കാൻ വിരലുകളുടെ അറ്റത്ത് മോതിരവളയങ്ങൾ ധരിക്കും.

പ്ലാവ്, തെങ്ങ്, പന, കണിക്കൊന്ന, അരയാൽ, പേരാൽ തുടങ്ങിയ മരങ്ങളിൽ നിന്നുമാണ് ചെണ്ട നിർമ്മിക്കുന്നതിനുള്ള തടിക്കഷണം മുറിച്ചെടുക്കുന്നത്. ക്ഷേത്രങ്ങൾക്കു സമീപം നില്ക്കുന്ന മരങ്ങളാണെങ്കിൽ അവ ചെണ്ട നിർമ്മാണത്തിന് ഉത്തമമാണെന്നു പറയപ്പെടുന്നു. കാരണം അവ ചെണ്ടവാദ്യം കേട്ടു വളർന്നതായതിനാൽ അവ കൊണ്ടു നിർമ്മിക്കുന്ന ചെണ്ടകൾക്ക് മികച്ച നാദശുദ്ധി ഉണ്ടായിരിക്കുമത്രെ.

ചെണ്ടയുടെ വലന്തലയെ ദേവവാദ്യമെന്നും ഇടന്തലയെ അസുരവാദ്യമെന്നും കരുതുന്ന ഒരു സങ്കല്പം നിലവിലുണ്ട്. ക്ഷേത്രത്തിനു മുന്നിലെ നിലവിളക്കിൽ ദീപങ്ങൾ തെളിയിച്ച് അതിനു സമീപം നിന്ന്

വലന്തല കൊട്ടിഘോഷിക്കുമ്പോൾ വിളക്കിനുചുറ്റും ദേവന്മാർ സന്നിഹിതരായിരിക്കും എന്നൊരു വിശ്വാസവും നിലവിലുണ്ട്.

ചെണ്ടവാദനത്തിൽ മികച്ച അഭ്യാസി ആയിത്തീരുന്നതിന് കൗമാരപ്രായത്തിൽ തന്നെ അഭ്യസനം ആരംഭിക്കേണ്ടതുണ്ട്. എന്നാൽ, അഭ്യസനം പൂർത്തിയാകുന്നതിനുമുമ്പുതന്നെ പരിപാടികളിൽ പങ്കെടുക്കുകയുമാവാം. വിശേഷവിധിയായിട്ടാചരിക്കുന്ന നിലാവഭ്യാസം എന്നത് പരിപാലനത്തിന്റെ ഭാഗമാണ്. നിലാവഭ്യാസം എന്നാൽ എന്താണെന്നറിയണ്ടേ? നിലാവുള്ള രാത്രികളിൽ ചന്ദ്രോദയം മുതൽ ചന്ദ്രാസ്തമയം വരെ നടത്തുന്ന പരിശീലന അഭ്യാസമാണിത്. നിലാവഭ്യാസം ഒരു പഴയ കാല കഥയാണ്. ഇപ്പോൾ ഇപ്രകാരം സാധകം ചെയ്യുന്നവരുണ്ടോ എന്നു തന്നെ സംശയമാണ്.

പുളി, മന്ദാരം, പതിമുഖം തുടങ്ങിയ മരങ്ങളുടെ തടിയാണ് ചെണ്ടക്കോൽ ഉണ്ടാക്കാൻ ഉപയോഗിക്കുന്നത്. ഇവയിൽ പതിമുഖത്തിന്റെ മരമാണ് മേന്മയേറിയത്. വിശേഷിച്ചും ഇടയ്ക്ക വാദനത്തിന് ഇത് മികച്ചതാണത്രെ. എന്നാൽ ഇപ്പോൾ ഈ തടി സുലഭമല്ല. അതുപോലെതന്നെ ചെണ്ടയിൽ കെട്ടാനായി മുമ്പ് ഉപയോഗിച്ചിരുന്ന ചരടും ഇപ്പോൾ ദുർല്ലഭമാണ്. അതിനാൽ പ്ലാസ്റ്റിക് ചരടുപോലും ഇക്കാലത്ത് ഇതിനായിട്ടുപയോഗിക്കാറുണ്ട്. ഇത് എന്തായാലും നാദശുദ്ധിയെ സംബന്ധിച്ചിടത്തോളം ഗുണകരമല്ല.

ചെണ്ടവാദനത്തിന് തായമ്പകയിൽ രണ്ടു വിഭിന്ന രീതികൾ അവലംബിച്ചു വരുന്നുണ്ട്. ഒന്ന് 'മലമക്കാവ് രീതി' എന്നും മറ്റേത് പാലക്കാടൻരീതി എന്നും അറിയപ്പെടുന്നു. ആദ്യത്തേത് മലബാർ ഭാഗത്ത് വ്യാപകമായി പ്രചാരത്തിലുള്ളതാണ്. മറ്റേത് ആദ്യമായി തിരുവില്വാമലയിൽ അവതരിപ്പിക്കപ്പെട്ട ഒരു രീതിയാണ്. താഴ്ന്ന കാലത്തിൽ തുടങ്ങി ക്രമേണ കൊട്ടിക്കയറുന്ന സമ്പ്രദായമാണിത്.

മദ്ദളം

പ്രത്യേകം സന്ദർഭങ്ങളിൽ ചെണ്ടയോടൊപ്പം വാദനം ചെയ്യുന്ന ഒരു ഘന വാദ്യമാണ് മദ്ദളം. ആകൃതിയിൽ മൃദംഗം പോലിരിക്കുമെങ്കിലും അതിനേക്കാൾ വലുപ്പം കൂടുതലാണ് മദ്ദളത്തിന്. വിവാഹവേദികൾ, സ്വീകരണപരിപാടികൾ, പഞ്ചാരിമേളം, പഞ്ചവാദ്യം, പൂരം തുടങ്ങിയ രംഗവേദികളിലാണ് ഇതിന്റെ പ്രയോഗസാദ്ധ്യത. രണ്ടുതരം മദ്ദളങ്ങൾ പ്രചാരത്തിലുണ്ട്. ഇവ ശുദ്ധമദ്ദളം, തൊപ്പിമദ്ദളം എന്നിങ്ങനെ അറിയപ്പെടുന്നു. നാദഗുണം അടിസ്ഥാനമാക്കിയാണ് ഈ വിഭജനം. ശുദ്ദമദ്ദളത്തിന്റേതു ശുദ്ധനാദമാണ്. തൊപ്പി മദ്ദളത്തിന്റേത് അടഞ്ഞ നാദവും.

പ്ലാവിന്റെ തടിയാണ് മദ്ദളനിർമ്മാണത്തിനുപയോഗിക്കുന്നത്. രണ്ടു വ്യത്യസ്തതരം തോലുകളാണ് മദ്ദളത്തിന്റെ ഇരുവശങ്ങളിലും ഉറപ്പിച്ചിട്ടുള്ളത്. വലന്തലയ്ക്ക് കാളയുടെ തോലും ഇടന്തലയ്ക്ക് പോത്തിന്റെ

തോലും. കാളത്തോലിന്റെ പുറത്ത് മദ്ധ്യഭാഗത്തായി പപ്പടവൃത്തത്തിൽ കറുപ്പുനിറത്തിലുള്ള മറ്റൊരു ഒട്ടിപ്പ് കാണാം. ഇതൊരുവിശേഷതരം ദ്രവ്യക്കൂട്ട് ആണ്. പഴുത്ത കമുകിൻ പാള കത്തിച്ചെടുത്ത കരിയും ഉണക്കലരിച്ചോറും പശയും ചേർത്ത് കുഴച്ചുണ്ടാക്കിയ കൂട്ട്. വിരലുകളുടെ അറ്റത്ത് മോതിരവളയം അണിഞ്ഞാണ് മദ്ദളം കൊട്ടുന്നത്. വാദ്യവാദകന്റെ അരയിൽ ബന്ധിച്ചിരിക്കും.

ദക്ഷിണേന്ത്യയിലെ പഞ്ചവാദ്യങ്ങളിൽ മദ്ദളം ഒരിനമാണ്. മദ്ദളത്തിന്റെ ശബ്ദം താരതമ്യേന ഉച്ചസ്ഥായിയിലുള്ളതാണ്. അതിനാൽ അകലെ സ്ഥിതിചെയ്യുന്ന ശ്രോതാക്കൾക്കും അത് നന്നായി കേൾക്കാൻ കഴിയും.

മൃദംഗം

ഏറ്റവും പഴക്കമുള്ള ഒരു ദക്ഷിണേന്ത്യൻ വാദ്യോപകരണമാണ് മൃദംഗം. വായ്പാട്ടിനും ഉപകരണസംഗീതത്തിനും പിന്നണിയായിട്ട് മൃദംഗം ഉപയോഗിച്ചുവരുന്നു. കർണ്ണാടകസംഗീതത്തിലെ പ്രധാനപ്പെട്ട താളവാദ്യമാണ് മൃദംഗം. ഉത്തരേന്ത്യയിൽ പ്രചാരമുള്ള 'പഖാജ്', പശ്ചിമ ബംഗാളിലും മണിപ്പൂരിലും പ്രചാരത്തിലുള്ളതും ഭക്തിരസപ്രധാനമായ സംഗീത നൃത്ത പരിപാടികളിൽ പിന്നണിവാദ്യമായിട്ടുപയോഗിക്കുന്നതുമായ 'ഖോൽ' എന്നീ ഉപകരണങ്ങൾ മൃദംഗത്തിനു സമാനമാണ്. പ്ലാവിന്റെ തടിക്കഷണം പൊള്ളയാക്കി കടഞ്ഞെടുത്തതാണ് മൃദംഗത്തിന്റെ ഉടൽ. സിലിണ്ടർ ആകൃതിയിലുള്ള ഇതിന്റെ നീളം രണ്ട് അടിയോളം വരും. മദ്ധ്യഭാഗത്ത് വണ്ണം അല്പം കൂടുതലുണ്ട്. രണ്ടറ്റത്തും തോൽ ഉറപ്പിച്ച ഘടനയാണ് ഇതിന്റേത്.

മൃദംഗത്തിന്റെ വലന്തലയും ഇടന്തലയും തോൽ ചരടുകൾ ഉപയോഗിച്ച് ബലമായി ബന്ധിപ്പിച്ചിട്ടുണ്ട്. ചരടുകൾക്കിടയിൽ വച്ചിട്ടുള്ള തടിക്കട്ടകൾ വശങ്ങളിലേക്ക് നീക്കി നാദത്തിന്റെ 'ഫ്രീക്വൻസി' ക്രമീകരിക്കുന്നു.

വിരലുകൾ ചലിപ്പിച്ചും മുഴുവൻ കൈപ്പത്തി ഉപയോഗിച്ചും മൃദംഗം വാദനം ചെയ്യുന്നു. നിരവധി വൈവിദ്ധ്യമാർന്ന ശബ്ദങ്ങൾ പുറപ്പെടുവിക്കാൻ മൃദംഗത്തിനു കഴിയും. ഇരുവശത്തും ഇടവിട്ട് കൊട്ടി വാദകൻ നാദസമ്പന്നത കൈവരുത്തുന്നു. സുദീർഘവും കഠിനവും ആയ പരിശീലനം കൊണ്ട് മാത്രമേ ഒരാളിന് മികച്ച മൃദംഗ വാദകനാകാൻ കഴിയുകയുള്ളൂ.

മൃദംഗ വാദനത്തിന് രണ്ടു വ്യത്യസ്ത ശൈലികൾ ഉണ്ട്. സംഗീത പരിപാടിയിൽ മുഖ്യകലാകാരനെ പിന്തുടരുന്നതാണ് ഒന്ന്. മറ്റേത് അതിൽ നിന്നും യഥേഷ്ടം വ്യതിചലിച്ച് സ്വന്തം കലാപാടവം പ്രദർശിപ്പിക്കുക എന്നതാണ്.

ദക്ഷിണേന്ത്യയിൽ ഒരു പിന്നണി വാദ്യമെന്ന നിലയിലാണ് മൃദംഗം ഉപയോഗിക്കുന്നത്. ക്ലാസിക്കൽ സംഗീതാലാപനത്തിന്റെയും ഉപകരണ

സംഗീതത്തിന്റെയും ഇടയ്ക്ക് മൃദംഗം മാത്രമായി വാദനം ചെയ്യാറുമുണ്ട്. ഉത്തരേന്ത്യയിൽ ചില പ്രത്യേക ഉപകരണങ്ങൾക്ക് പിന്തുണ ഏകാൻ വേണ്ടി മാത്രമാണ് ഇതുപയോഗിക്കുന്നത്. മുഗൾകാലഘട്ടത്തിൽ ഇതിന് വലിയ പ്രചാരമുണ്ടായിരുന്നു. വിശേഷിച്ചും നൃത്തത്തിന് പിന്നണി നല്കുന്ന ഉപാധി എന്ന നിലയിൽ. കഥക് നൃത്തത്തിന് താളം നല്കാൻ പഖാജ് ഉപയോഗിച്ചുവരുന്നു.

തബല

ഉത്തരേന്ത്യയിൽ വളരേയേറെ പ്രചാരത്തിലുള്ള ഒരു ഘനവാദ്യമാണ് തബല. ഏറ്റവും പഴയ ഘനവാദ്യം മൃദംഗമാണെങ്കിലും അതിനേക്കാൾ പ്രചാരം സിദ്ധിച്ചത് തബലയ്ക്കാണ്.

17-ാം നൂറ്റാണ്ടിൽ ഡൽഹിയിൽ അലാവുദീൻ ഖിൽജി അധികാരത്തിലിരുന്നപ്പോൾ അമീർ ഖുസ്രു ആണ് തബല ആദ്യമായി നിർമ്മിച്ച് പ്രയോഗത്തിൽ വരുത്തിയത്. 'തബ്ൾ' എന്ന ഒരുതരം അറേബ്യൻ 'ഡ്രം'

ആണ് ഇതിന്റെ മുൻഗാമി. അതിൽനിന്നുമാണ് 'തബല' എന്ന പേരിന്റെ വ്യുൽപ്പത്തി.

ഇടതുകൈകൊണ്ടും വലതുകൈ കൊണ്ടും വാദനം ചെയ്യുന്ന രണ്ടു വാദ്യങ്ങൾ ചേർന്നതാണ് തബല. ഇവയെ യഥാക്രമം ബായെൻ എന്നും ദായെൻ എന്നും പറയുന്നു. ബായെൻ ചെമ്പിൽ നിർമ്മിച്ചതും ദായെൻ തടി തുരന്ന് ഉണ്ടാക്കിയതും ആയിരിക്കും.

ഇന്ത്യൻ സംഗീതത്തിന്റെ വിശേഷിച്ചും ഉത്തരേന്ത്യൻ സംഗീത

ത്തിന്റെ അതിപ്രധാനമായ ഘടകമാണ് തബല. ഒരു സംഗീതപരിപാടിയും അത് വായ്പാട്ട് ആയിരുന്നാലും ഉപകരണസംഗീതമായിരുന്നാലും തബലയെക്കൂടാതെ അരങ്ങേറുകയില്ല. തബല വാദകൻ മുഖ്യ ഗായകന്റെ പ്രകടനത്തിനനുസരിച്ച് സമയക്രമം പാലിക്കേണ്ടതില്ല. നേരെമറിച്ച് ഗായകൻ ഇടതടവില്ലാതെ കൊട്ടിക്കൊണ്ടിരിക്കുന്ന തബല വാദകനെ കണക്കിലെടുത്തുവേണം പാടേണ്ടത്. തബല വാദകൻ ഒരേസമയം രണ്ടു തബലകൾ ഉപയോഗിച്ചാണ് വാദനം ചെയ്യുന്നത്. ഇടതുകൈവിരലുകൾ ഒന്നിലും വലതുകൈ വിരലുകൾ മറ്റതിലും പ്രയോഗിക്കുന്നു. കൊട്ടുന്നതിന് വിരലുകൾ മാത്രമല്ല, മുഴുവൻ കൈപ്പത്തിയും ഉപയോഗിക്കാറുണ്ട്.

ലളിത ഗാനങ്ങൾക്ക് ഒരകമ്പടി വാദ്യമായ തബല സ്റ്റേജിലെ വൻ പരിപാടികൾക്കും സ്ക്രീനിലെ ചിത്രീകരണങ്ങൾക്കും ഒരവശ്യ ഘടകവുമാണ്. പ്രഗത്ഭനായ ഒരു തബല വിദ്വാന് നാദപ്രപഞ്ചത്തിന്റെ സൂക്ഷ്മതലങ്ങളിൽ അനന്ത സാദ്ധ്യതകളോടെ വിഹരിക്കാൻ കഴിയും.

ഗഞ്ചിറ

സംഗീതക്കച്ചേരികളിൽ ഉപയോഗിക്കുന്ന ഒരു ഉപതാളവാദ്യമാണിത്. ഉത്തരേന്ത്യയിലെ ഏറ്റവും പഴക്കമേറിയ ഒരു ഘനവാദ്യമാണ് ഗഞ്ചിറ. ഇന്ത്യയുടെ നാനാഭാഗങ്ങളിലും നാടൻപാട്ടുകളോടൊപ്പവും ഭക്തി ഗാനങ്ങളോടൊപ്പവും ഇത് വാദനം ചെയ്യാറുണ്ട്. ദക്ഷിണേന്ത്യയിൽ ലളിതമായ ഈ വാദ്യോപകരണത്തിന് വളരെ മാന്യമായ സ്ഥാനമാണുള്ളത്. കർണ്ണാടക സംഗീതക്കച്ചേരികളിൽ പോലും ഇതുപയോഗിക്കാറുണ്ട്.

തടിയിൽ നിർമ്മിച്ച വൃത്താകാരമായ ചട്ടക്കൂടാണ് ഗഞ്ചിറയുടേത്. ഏതാണ്ട് 10 ഇഞ്ച് വ്യാസവും, $2-2^1/2$ ഇഞ്ച് കനവും ഉള്ളതാണ് ഈ ചട്ടക്കൂട്. ഒരു വശത്ത് തോൽ (മിക്കവാറും പുലിത്തോൽ) ഉറപ്പിച്ചിരിക്കുന്നു. മറുവശം തുറന്നതാണ്. പുലിത്തോൽ കിട്ടാനുള്ള ബുദ്ധിമുട്ടുകാരണം ഇപ്പോൾ പ്ലാസ്റ്റിക്കും ഉപയോഗിച്ചുവരുന്നു. ഫ്രെയിമിന്റെ വക്കിൽ നിശ്ചിത അകലങ്ങളിൽ കുറേ ലോഹത്തകിടുകളോ നാണയങ്ങളോ കമ്പികളിൽ കൊരുത്തു കയറ്റിയിരിക്കും. ഗഞ്ചിറ കുലുക്കുമ്പോൾ ഇവ ജിൽ-ജിൽ ശബ്ദം ഉണ്ടാക്കുന്നു.

ഗഞ്ചിറ ഇടതുകൈയിൽ പിടിച്ചിട്ട് വലതുകൈ കൊണ്ട് കൊട്ടിയാണ് നാദം സൃഷ്ടിച്ച് ഉപകരണം പ്രവർത്തിപ്പിക്കുന്നത്. തെക്കൻ പ്രദേശങ്ങളിൽ സംഗീത പരിപാടികളിൽ മൃദംഗത്തോടൊപ്പം ഗഞ്ചിറയും ഉപയോഗിച്ച് പിന്നണി നാദസമ്പുഷ്ടമാക്കുന്നു.

തകിൽ

ചെണ്ട, മദ്ദളം തുടങ്ങിയ മറ്റ് തുകൽ വാദ്യങ്ങളെപ്പോലെയാണ് ഘടനാപരമായി തകിൽ എന്ന ഘനവാദ്യവും. ഉള്ളുപൊള്ളയായ തടിക്കഷണമാണ് ഇതിന്റെ ഉടൽഭാഗം. രണ്ടറ്റത്തും തോൽ മുറുക്കി ബന്ധി

ച്ചിരിക്കുന്നു. വക്കുകൾ ഏതാനും ചൂരലുകൾ പിണച്ചുചേർത്ത് ബലപ്പെടുത്തിയിരിക്കുന്നു. അവയെ തോലുകൊണ്ട് പൊതിഞ്ഞ് വക്കുകൾ ഭംഗിയാക്കിയിരിക്കുന്നു. രണ്ടറ്റങ്ങളെയും ബന്ധിപ്പിക്കുന്ന നിരവധി ചരടുകൾ ഉടലിന്റെ പുറത്തുകാണാം. ഈ ചരടുകളുടെ മുകളിലൂടെ ഉടലിന്റെ മദ്ധ്യഭാഗത്ത് ചുറ്റി വിരിഞ്ഞുകെട്ടിയിട്ടുള്ള തോൽപട്ട അഭികാമ്യമായ 'പിച്ച്' (Pitch) ഉറപ്പു വരുത്തുന്നു.

തകിലിന്റെ വലതുവശം വാദനം ചെയ്യുന്നത് വലതു കൈവിരലുകളും മണിബന്ധവും (Wrist) ഉപയോഗിച്ചാണ്. ഇടതുവശമാകട്ടെ ഒരു തടിച്ച കോലുകൊണ്ടു. തുറസ്സായ സ്ഥലത്താണ് വാദ്യപ്രകടനമെങ്കിൽ വാദകൻ നില്ക്കുകയായിരിക്കും. തകിൽ വാദകന്റെ തോളിൽ തൂക്കിയിട്ടിരിക്കും. നാഗസ്വരക്കച്ചേരിക്കൊപ്പം തകിൽ കൊട്ടുമ്പോൾ ശബ്ദം പതിഞ്ഞതായിരിക്കാൻ ശ്രദ്ധിക്കാറുണ്ട്.

ഘടം

ഉടൽ വീർത്തതും വായ് ഇടുങ്ങിയതുമായ ഒരു സാധാരണ മൺകുടം ആണ് ഘടം. നിലവിലുള്ള ഘനവാദ്യങ്ങളിൽ ഏറ്റവും പഴക്കമുള്ള ഒന്നാണിത്. ഉത്തരേന്ത്യയിൽ നാടോടി സംഗീതത്തിന് പിന്നണി ഏകുന്നതിന് ഘടം വ്യാപകമായിട്ടുപയോഗിച്ചുവരുന്നു. ദക്ഷിണേന്ത്യയിലാകട്ടെ എല്ലാ മികച്ച ക്ലാസിക്കൽ സംഗീതക്കച്ചേരികളിലും വളരെ മാന്യമായ സ്ഥാനമാണ് ഘടത്തിനുള്ളത്. ഏതാണ്ട് ഒരു ശതാബ്ദക്കാലമായി ഘടം പ്രചാരത്തിലുണ്ട്.

ഘടം നിർമ്മിക്കുന്നതിനുള്ള ചെളി ഇരുമ്പുപൊടി ചേർത്താണ് കുഴച്ചെടുക്കുന്നത്. എന്നിട്ട് ചൂളയിൽവച്ച് ചുട്ട് എടുക്കും. ക്ലാസിക്കൽ സംഗീതപരിപാടിയിലുപയോഗിക്കാൻ പറ്റിയ ഗുണമേന്മയുള്ള ഘടം നിർമ്മിക്കുന്ന ദക്ഷിണേന്ത്യയിലെ പ്രധാനപ്പെട്ട സ്ഥലമാണ് മാനാമധുര.

ഘടത്തിന്റെ വായ് അടിവയറ്റിലമർത്തിപ്പിടിച്ച് അതിന്റെ കഴുത്തിലും ഉടലിലും അടിഭാഗത്തും വിരലുകൾകൊണ്ട് കൊട്ടി മേന്മയേറിയ നാദം സൃഷ്ടിക്കാൻ വിദഗ്ദ്ധനായ വാദകന് കഴിയും. രണ്ടു കൈകളിലെയും എല്ലാ വിരലുകളും നഖങ്ങളും മണിബന്ധവും ഉപയോഗിച്ചാണ് ഘടം വാദനം ചെയ്യുന്നത്. ദക്ഷിണേന്ത്യൻ സംഗീതക്കച്ചേരികളിൽ മൃദംഗത്തോടൊപ്പം ഉപയോഗിക്കുന്ന ഉപകരണമാണ് ഘടം.

നഗര

പഴയ ഒരു ഘനവാദ്യമാണ് നഗര. ഇത്തരം ഉപകരണങ്ങൾ ഭേരി എന്നും ദുന്ദുഭി എന്നും പുരാണങ്ങളിൽ പരാമർശിക്കപ്പെട്ടിട്ടുണ്ട്. വിശേഷിച്ചും യുദ്ധരംഗങ്ങളിലായിരുന്നു ഇവയുടെ സ്ഥാനം. യുദ്ധത്തിൽ എതിർകക്ഷി ഇവ പിടിച്ചെടുത്താൽ പരാജയം സമ്മതിക്കണമെന്നായിരുന്നു വ്യവസ്ഥ. ക്ഷേത്രങ്ങളിലും 'നഗര' സർവ്വസാധാരണമായിരുന്നു. വിഗ്രഹം എഴുന്നള്ളിക്കുമ്പോൾ നഗര വാദകൻ ഒപ്പം പോകാറുണ്ട്. ചില

സ്ഥലങ്ങളിൽ ഇതിനെ പെരുമ്പറ എന്നും പറയാറുണ്ട്. രണ്ടര അടി മുതൽ മൂന്ന് അടി വരെ വലുപ്പമുണ്ടാകും ഇതിന്. ഉത്തരേന്ത്യയിൽ ഉപയോഗിക്കുന്ന നഗരയുടെ വലുപ്പം അഞ്ച് അടിവരെ ഉണ്ടാകാറുണ്ടത്രെ.

പെരുമ്പറ കൊട്ടുന്നത് പ്രത്യേകതരം കോൽ കൊണ്ടാണ്. പെരുമ്പറ കൊട്ടുമ്പോൾ ഉച്ചത്തിലും ആഴത്തിലും ഉള്ള ശബ്ദം ആണുണ്ടാകുന്നത്.

ഉത്തരേന്ത്യയിൽ ഷെഹനായിയോടൊപ്പം വാദനം ചെയ്യാറുള്ള വാദ്യോപകരണമാണ് നഗര. രണ്ടെണ്ണത്തിന്റെ ഒരു സെറ്റ് ആണ് വാദകന്റെ മുന്നിൽ ഉണ്ടായിരിക്കുക. ഒന്ന് മറ്റേതിനേക്കാൾ അല്പം ചെറുതായിരിക്കും.

കോലുകൾ കൊണ്ടാണ് നഗര വാദനം ചെയ്യുന്നത്. അക്ബറുടെയും മറ്റു മുഗൾ ചക്രവർത്തിമാരുടെയും കൊട്ടാരങ്ങളിൽ നഗരയുടെ സാന്നിദ്ധ്യമുണ്ടായിരുന്നു.

ഡമരു

ചെറിയൊരു ഘനവാദ്യമാണിത്. അഗ്രഭാഗങ്ങളെ അപേക്ഷിച്ച് മദ്ധ്യഭാഗം വണ്ണം കുറഞ്ഞതാണ്. സംസ്കൃതത്തിൽ ഇതിന് ‘ഡക്കാ’ എന്നാണ് പേര്. എഴുത്തച്ഛന്റെ ഹരിനാമകീർത്തനത്തിലെ “ഡക്കാമൃദംഗ തുടി താളങ്ങൾ പോലെ” എന്ന വരി ഓർക്കുക. സംസ്കൃത കൃതികളിൽ ഏറെ പരാമർശിക്കപ്പെട്ടിട്ടുള്ള വാദ്യോപകരണമാണ് ഡമരു. നടരാജനായി ചിത്രീകരിക്കപ്പെടുന്ന മഹാദേവന്റെ കൈകളിൽ എപ്പോഴും

കാണുന്ന ഒന്നാണ് ഡമരു. നൃത്തത്തിന്റെ ദേവനായ മഹാദേവൻ ഡമരു കൊട്ടിക്കൊണ്ടാണല്ലോ നൃത്തം ചെയ്യുന്നത്. ആറ് ഇഞ്ചുമുതൽ ഒരടി വരെ നീളമുള്ള ഉപകരണമാണ് ഡമരു. ഒരു ചെറിയ ബാൾ ചരടിൽ കെട്ടി ഇതിൽ നിന്ന് തൂക്കി ഇട്ടിരിക്കും. ഭക്തിരസപ്രധാനമായ നാടൻ പാട്ടിനൊപ്പം ഡമരു ഉപയോഗിക്കാറുണ്ട്. കർണ്ണാടകത്തിലെയും മൈസൂറിലെയും ക്ഷേത്രങ്ങളിലും സ്വീകരണച്ചടങ്ങുകളിലും ഡമരു സർവ്വസാധാരണമായി ഉപയോഗിച്ചു വരുന്നു.

ഉടുക്ക്

ഏകദേശം ഒരടി നീളമുള്ള ചെറിയൊരു 'ഡ്രം' (drum) ആണ് ഉടുക്ക്. ഇതിന്റെ മദ്ധ്യഭാഗത്തിന് അഗ്രഭാഗങ്ങളേക്കാൾ വണ്ണം കുറവാണ്. തടിയിലാണ് ഇത് നിർമ്മിക്കുന്നത്. കൊട്ടുന്ന അഗ്രഭാഗങ്ങളിൽ ഉടുമ്പിന്റെ തോൽ ആണ് ഉറപ്പിച്ചിട്ടുള്ളത്. ഇടതുകൈകൊണ്ട് മദ്ധ്യഭാഗത്ത് പിടിച്ച് വലതുകൈ വിരലുകൾ കൊണ്ട് കൊട്ടുന്നു. ഉടുക്കുകൊട്ടിയാണ് കേരളത്തിൽ ശാസ്താംപാട്ടുകൾ പാടുന്നത്. നാടോടി ഗാനം ആലപിക്കുമ്പോഴും ഉടുക്ക് ഉപയോഗിക്കാറുണ്ട്.

ഇടയ്ക്ക

ഉടുക്കുപോലുള്ള മറ്റൊരു വാദ്യോപകരണമാണ് ഇടയ്ക്ക. ഇത് തോളിൽ തൂക്കിയിട്ടാണ് വാദനം ചെയ്യുന്നത്. ഇടതുതോളിൽ തൂക്കിയിട്ട് വലതുകൈയിൽ പിടിച്ചിട്ടുള്ള കോൽ കൊണ്ട് കൊട്ടുന്നു. കേരളത്തിലെ പഞ്ചവാദ്യങ്ങളിലെ ഒരിനമാണ് ഇടയ്ക്ക. കഥകളിയിലെ പിന്നണി വാദ്യങ്ങളിലും ഇടയ്ക്ക ഒരു പ്രധാന ഘടകമാണ്. കൂടാതെ ക്ഷേത്രങ്ങളിലും ഇടയ്ക്ക വാദനം ചെയ്യാറുണ്ട്. കേരളത്തിന്റെ തനതു വാദ്യമായ ഇടയ്ക്ക സോപാന സംഗീതത്തിലും ഉപയോഗിക്കുന്നു. ഇടയ്ക്ക കൊണ്ടുള്ള

സംഗീതക്കച്ചേരി മറ്റൊരു ശ്രദ്ധേയമായ പരിപാടിയാണ്.

തിമില

കേരളത്തിലെ ക്ഷേത്ര വാദ്യങ്ങളിലൊന്നാണ് തിമില. കൊട്ടാൻ പറ്റിയ രണ്ടുവശങ്ങളുള്ളതും മദ്ധ്യഭാഗം വണ്ണം കുറഞ്ഞതുമായ ഒരു വാദ്യോപകരണമാണിത്. ഒറ്റ തടിക്കഷണത്തിൽ നിന്നുമാണ് തിമിലയുടെ നിർമ്മാണം. നീളം രണ്ട് അടിയോളം വരും. തോളിൽ തൂക്കിയിട്ട് രണ്ടു കൈ കൊണ്ടും മുകൾവശത്ത് കൊട്ടുന്നു. ഇതും പഞ്ചവാദ്യങ്ങളിലെ ഒരിനമാണ്.

ബ്രഹ്മതാളം

ബൃഹത് താളമെന്നുകൂടി ഈ വാദ്യോപകരണത്തിന് പേരുണ്ട്. വൃത്താകാരത്തിലുള്ള ഒരു ജോടി വലിയ ലോഹത്തകിടുകളാണ് ബ്രഹ്മ താളം. രണ്ടിന്റെയും പുറം ഭാഗത്ത് മദ്ധ്യത്തിലായി പിടിക്കാൻ സൗകര്യ ത്തിന് ചരടുകൾ ബന്ധിച്ചിട്ടുണ്ട്. തകിടുകളുടെ വ്യാസം 8 ഇഞ്ചു മുതൽ 10 ഇഞ്ചുവരെ കാണും. ചിലപ്പോൾ അത് 12 ഇഞ്ചുവരെയും ആകാറുണ്ട്. പഞ്ചവാദ്യങ്ങളിലെ ഒരിനമായ ബ്രഹ്മതാളം ക്ഷേത്രചടങ്ങുകളിൽ ഉപ യോഗിച്ചുവരുന്നു. കഥകളി വേദിയിൽ മറ്റുപകരണങ്ങളോടൊപ്പം ഇതും ഉൾപ്പെടുത്താറുണ്ട്.

ഉത്തരേന്ത്യയിൽ ഈ ഉപകരണം ഝാൻജ് എന്നറിയപ്പെടുന്നു. കൊണാർക്കിലെ ക്ഷേത്രഭിത്തികളിൽ ഝാൻജ് കൈകളിൽ പിടിച്ചു കൊണ്ടു നില്ക്കുന്ന കമനീയമായ സ്ത്രീരൂപങ്ങൾ കാണാവുന്നതാണ്. തഞ്ചാവൂരിലെ ചുമർ ചിത്രങ്ങളുടെ ഇടയിലും ഈ രൂപങ്ങൾ കാണാൻ കഴിയും.

ഉപസംഹാരം

ഈ ലഘുപുസ്തകത്തിന്റെ ശീർഷകത്തോട് നീതിപുലർത്തത്തക്കവണ്ണം മിക്കവാറും എല്ലാ വിവരങ്ങളും ഇതിൽ ഉൾക്കൊള്ളിക്കാൻ ശ്രമിച്ചിട്ടുണ്ട്. വിശദാംശങ്ങളിലേക്കു കടക്കാതെ. ഈ രംഗത്തെ നൂതന പ്രവണതകൾ കൂടി ഹ്രസ്വമായി പരാമർശിച്ചിട്ട് ഉപസംഹരിക്കാമെന്നു കരുതുന്നു.

കംമ്പ്യൂട്ടർ യുഗത്തിലാണല്ലോ നാം ഇപ്പോൾ ജീവിക്കുന്നത്. അതിനാൽ കമ്പ്യൂട്ടർ സംഗീതമെന്ന നൂതന ആശയത്തിന് ഏറെ പ്രസക്തി ഉണ്ട്. ഉപകരണസംഗീതം മാത്രമല്ല കമ്പ്യൂട്ടറിന് വിഷയമായിട്ടുള്ളത്. സംഗീത രചനയും കമ്പ്യൂട്ടറിന്റെ സഹായത്തോടെ നിർവ്വഹിക്കപ്പെടുന്ന കാലമാണിത്. റേഡിയോ, ടെലിവിഷൻ, കമ്പ്യൂട്ടർ എന്നിവ വ്യാപകമായതോടെ സംഗീതം നിത്യജീവിതത്തിന്റെ ഭാഗമായി തീർന്നിരിക്കുന്നുവെന്നു പറയാം.

പാട്ടുകേൾക്കാൻ താല്പര്യമില്ലാത്തവരായിട്ടാരുണ്ട്? 'പാട്ടുകേൾക്കാനാർക്കു സൗഖ്യം പട്ടിണിയായ് കിടക്കുമ്പോൾ' എന്ന പഴഞ്ചൊല്ല് ഇന്ന് വെറും പാഴ്ച്ചൊല്ലായി മാറിയിരിക്കുന്നു. കൊട്ടാരങ്ങളിൽനിന്നുമാത്രമല്ല, കുടിലുകളിൽനിന്നും പാട്ടിന്റെ അലയൊലികൾ കേൾക്കാം.

ശാസ്ത്രസാങ്കേതിക വിദ്യകളുടെ ദ്രുതഗതിയിലുള്ള വളർച്ചയും വികാസവും മൂലം ഭാവിയിൽ ഈ രംഗത്ത് സംഭവിക്കാനിടയുള്ളതെന്തെന്ന കാര്യം പ്രവചനാതീതമാണ്. ഒരു കാര്യം തറപ്പിച്ചുപറയാൻ കഴിയും. സംഗീതം കൂടുതൽ കൂടുതൽ ജനകീയ മാനവും പ്രചുര പ്രചാരവും നേടിക്കൊണ്ടിരിക്കുകയാണ്. പണ്ഡിതനും പാമരനും അതുപോലെ തന്നെ കുബേരനും കുചേലനും ഒരുപോലെ ആസ്വദിക്കാൻ കഴിയുന്ന മറ്റ് ഏതൊരു കലാരൂപമാണുള്ളത്!